முருகன் காட்சி

சி. பாலசுப்பிரமணியன்

Title: Murugan Kaatchi

Author: C. Balasubramanian

Language: Tamil

First Published on: 1966

Year of Publication: 2025

Book Format: Paperback

*Page Size: 6inch * 9inch*

Category: Religious

Subject: Religious Essays

No. of pages: 158

ISBN: 978-81-998877-1-8

Published by: Nilan Publishers, Madurai, Tamilnadu, India

பொருளடக்கம்

அணிந்துரை....4

முன்னுரை....10

1. முருகும் உலகும்....16

2. நக்கீரர் வரலாறு....22

3. நக்கீரர் காட்டும் முருகன்....33

4. பரிபாடற் புலவர்கள் காட்டும் முருகன்....87

5. இளங்கோவடிகள் காட்டும் முருகன்....95

6. கச்சியப்பர் காட்டும் முருகன்....101

7. அருணகிரிநாதர் காட்டும் முருகன்....109

8. குமரகுருபரர் காட்டும் முருகன்....117

9. வள்ளலார் காட்டும் முருகன்....123

10. இருபதாம் நூற்றாண்டுக் கவிஞர்கள் காட்டும் முருகன்...128

11. தமிழ்த் தெய்வம்....136

12. பாராயணப் பாடல்கள்....147

பின்னிணைப்பு....153

குறிப்புகளுக்காக

அணிந்துரை

"ஓம்" என்ற குடிலையே எல்லா வேதங்களுக்கும், எல்லா எழுத்துகளுக்கும், எல்லா ஓசைகளுக்கும் பிறப்பிடம்; காசியம்பதியில் மரிப்பவர் செவியில் சிவபெருமான் கூறும் மந்திரமும் அதுவே யாகும். இதனைத் தாரகம் என்று கூறுவர். பிறவிப் பெருங்கடலைத் தாண்டச் செய்வதனால் தாரகம் எனப்படும்.

ஈசன் மேவரும் பீடமாய் ஏனையோர் தோற்றும்
வாச மாய்எலா வெழுத்திற்கும் மறைகட்கும் முதலாய்க்
காசி தன்னிடை முடிபவர்க் கெம்பிரான் கழறும் மாசில் தாரகப்
பிரமமாம் அதன்பயன் ஆய்ந்தான்

எனவரும் கந்தபுராணத் திருவிருத்தத்தால் உணர்க.

அ உ ம என்ற மூன்றெழுத்தின் சேர்க்கையே ஓங்காரமாகும்.

அ-படைத்தல் உ- காத்தல் ம - ஒடுக்கல்

என்ற முத்தொழிலுக்கும் மூலகாரணம் ஓங்காரம். இந்த அகர உகர மகரம் என்ற மூன்றெழுத்தின் இடையில் உள்ள உகரம் நனி சிறந்தது. "உ" நடுநாயகமாக விளங்குகின்றது இந்த உகரமே எல்லா வுலகங்களையும் எல்லா வுயிர்களையுங் காப்பாற்றுகின்றது.

அ உ ம என்ற முறை, உமஅ என்று மாறுகின்ற போது உமா என்று ஆகின்றது. காக்கும் பராசக்தியைக் குறிக்கின்றது.

திருத்தொண்டர்களைக் காக்கும் அருட்சரிதைகளைக் கூறவந்த திருத்தொண்டர் புராணம் 'உ' என்ற எழுத்தை முதலாகக் கொண்டு 'உலகெலாம்' என்று தொடங்குகின்றது.

விண்ணுலகையும் மண்ணுலகையுங் காக்கவந்த இராம சந்திரமூர்த்தியின் சரிதையைச் சொல்லவந்த இராமாயணம் "உலகம் யாவையும்'' என்று தொடங்குகின்றது. இவைகட்கெல்லாம் வழிகாட்டியாக, நக்கீரர் கற்குகையினின்றுந் தன்னையும், தன்னைச் சேர்ந்தவர்களையுங் காக்க வேணும் என்று, கந்தவேளை வேண்டி முறையிடுங்கால் "உலகம் உவப்ப" என்று தொடங்கியருளினார்.

நாம் இறைவன்பால் வேண்டும்போது "இறைவனே என்னைக் காத்தருள்" என்று தானே வேண்டுகின்றோம். "என்னைப் படைத்தருள்" "என்னை ஒடுக்கியருள்" என்று வேண்டுகின்றோமில்லை. இதனால் உகரத்தின் அருமையும் பெருமையும் நன்கு புலப்படுகின்றதன்றோ?

"முருகு" என்ற சொல்லை இப்போது சிந்தியுங்கள். ம்+உ, ர்+உ, க்+ உ என்ற மூன்று உகரங்கள், வருகின்றன. இத்தகைய சொல் போன்று தமிழில் வேறு சொல் இல்லை.

உயிர்கள் மூன்று நிலைகளையுடையன. கேவல திசை, பெத்த திசை, முத்த திசை. இதன் பிரிவுகளை ஞான நூல்களால் அறிக.

உயிர்கட்கு வேண்டுவதும் மூன்று சுகம். இகம் பரம் வீடு பேறு. இந்த மூன்று இடங்களிலும் காத்தருளுந் தெய்வம் முருகன். அதனால் அப்பெருமான் மூன்று உகரங்களுடன் கூடிய முருகு என்ற சொல்லையுடைய தனிப்பெருந் தெய்வமாக விளங்குகின்றான்.

இந்த மூன்று நலங்களை வழங்க வல்ல தெய்வம் முருகவேள். பால் பாயசத்தை ஒரு கரண்டியைக் கொண்டு தானே படைக்கின்றோம். அதுபோல் இக நலனை வள்ளி தேவியைக் கொண்டும், பரநலனை தெய்வ யானையம்மையைக் கொண்டும், முத்தி நலனை வேலாயுதத்தைக் கொண்டும் நமக்கு அருள் புரிகின்றான் முருகன்.

எனவே முருகப் பெருமானைப் பயன் கருதாது மெய்யன்புடன் வழிபடுவோர் இகம் பரம் வீடு என்ற மும்மை நலங்களையும் பெற்றுச் செம்மையுறுவார்கள்.

பாவம் நிறைந்த கலியில் கண்கண்ட தெய்வமாகக் கலியுக வரதனாக விளங்குபவர் கந்தவேள். இத்தகு முருகனை ஞானிகள் தமது ஞான விழியால் கண்டார்கள்.

நமது தென்னாட்டில் வாழ்ந்த ஆன்றோர்கள் கடவுளைக் கண்டேன் என்று கூறினார்கள்.

***"கண்டேன் அவர்திருப் பாதம்
கண்டறி யாதன கண்டேன்."***

-அப்பர்

***"எனைப்பெரிதும் ஆட்கொண்டென் பிறப்பறுத்த
இணையிலியை அனைத்துலகுந் தொழுந்தில்லை அம்பலத்தே
கண்டேனே."***

-மணிவாசகர் மெய்ஞ்ஞானிகள்,

இவ்வாறு இறைவனைக் கண்ட தாம் கண்ட காட்சியைப் பலப்பலவாகக் கூறுகின்றார்கள்.

திருஞான சம்பந்தர், இறைவனை நேருக்கு நேராய்க் கண்டதோடு அமையாமல், அவருடைய அடையாளங்களைக் கூறித் தன் தந்தையாருக்கு, சுட்டியறியாத அப் பரமனைச் சுட்டிக் காட்டியருளினார்.

**தோடுடையசெவி யன்விடையேறியோர் தூவெண்மதிசூடிக்
காடுடையசுட லைப்பொடிபூசியென் உள்ளங்கவர்கள்வன்
ஏடுடையமல ரான்முனைநாள்பணிந் தேத்தஅருள் செய்த
பீடுடையபிர மாபுரமேவிய பெம்மான்இவனன்றே.**

கண்டார்; காணார்க்குக் காட்டுகின்றார்.

இந்த ஞான பரம்பரையில் வந்த அருணகிரிநாதருக்கு எங்கே நினைப்பினும் அங்கே வந்து கந்தவேள் காட்சி தருகின்றாராம்.

செங்கே ழடுத்த சினவடி வேலுந் திருமுகமும்
பங்கே நிரைத்தநற் பன்னிரு தோளும் பதுமமலர்க்
கொங்கே தரளஞ் சொரியுஞ்செங் கோடைக் குமரன்என
எங்கே நினைப்பினும் அங்கேஎன் முன்வந்து எதிர்நிற்பனே.

சயிலம்எ றிந்தகை வேற்கொடு
மயிலினில் வந்தெனை யாட்கொளல்
சகமறி யும்படி காட்டிய குருநாதா

எனவரும் அப்பெருமானது அருள்வாக்குகள் பலப்பல.

இவ்வாறு நம் பெருமக்கள் முருகனைக் கண்டும் நமக்கு அவர்களது திருவாக்குகளினால் காட்டியும் அருள் புரிந்தார்கள்.

இந்த அருட்செயல்களை எனது அன்பர் திரு சி. பால சுப்பிரமணியன், எம்.ஏ,எம்.லிட்., அவர்கள், ஒரு நூல் வடிவமாக வடித்து வழங்கினார். அன்பர் பாலசுப்பிர மணியன், நல்ல உள்ளமும், உணர்வும் உடையவர். பல நூல்களைப் பயின்றவர் அவருடைய நூற்பயிற்சியை இந்த நூலினால் அறிஞர்கள் அறிவார்கள். கருத்து ஒப்புமையைச் சங்க நூல்கள் பலவற்றுள் இருந்து எடுத்துக்காட்டியிருக் கின்றார். திண்ணிய புலமையும் நுண்ணிய மதிநலமும் பெற்ற இவர் முருகனைக் காட்டும் அழகு உள்ளத்துக்கு உவகை தருகின்றது.

நக்கீரர், பரிபாடல் ஆசிரியர்கள், இளங்கோவடிகள், கச்சியப்பர், அருணகிரிநாதர், குமரகுருபரர், வள்ளலார், பிற அடியார்கள் கண்டு காட்டிய கோலங்களை வகுத்தும், தொகுத்தும் தமிழுலகுக்கு உதவியுள்ளார்.

இன்னும் இத்தகு நூல்கள் பல எழுத இவருக்கு இளம்பூரணன் இன்னருள் புரிவானாக.

இதனை ஏனோரும் படித்துப் பயன் பெறுவார்களாக.

அன்பன்,

கிருபானந்தவாரி

"ஞாலம் நின்புகழே மிகவேண்டும்; தென் ஆலவாயில் உறையும் எம் ஆதியே" என்றபடி நாளும் சமயமும் தமிழும் தழைத்தினிதோங்கும் வண்ணம், தம் இணையற்ற சொல்லாற்றலால் பல்லாயிரக்கணக்கான தமிழ் நெஞ்சங்களை மகிழ்வித்துவரும் சைவப்பெருந் திருவினர், அருள்மொழி அரசு, திருமுருக கிருபானந்த வாரியார் அவர்கள் ஆவர். 'வேலை வணங்குவதே எமக்கு வேலை' என்ற உயரிய குறிக்கோளோடு, முருக உபாசனையும், தொண்டுள்ளமும், தோழமை நெஞ்சமும் கொண்டு, சைவமும் தமிழும் தழைத்தினிதோங்க அயராது பாடுபட்டு வரும் அண்ணல் திருமுருக கிருபானந்த வாரியார் அவர்கள் தம்முடைய இடைவிடாத பயணத்திற்கும் சொற்பொழிவுகளுக்கும் இடையே, யான் எழுதிய 'முருகன் காட்சி' எனும் நூலிற்கு மனமுவந்து, தம் புலமையும் அருளும் அன்பும் விளங்க அழகியதோர் அணிந்துரையினை வழங்கியுள்ளமைக்கு யான் என்றும் பெருநன்றி பாராட்டும் கடப்பாடுடையேன்.

சி. பாலசுப்பிரமணியன்

முன்னுரை

பழந்தமிழர் இயற்கையோடியைந்த இன்ப அன்பு வாழ்வு வாழ்ந்தவர்கள். இயற்கையின் பின்னணியில் மக்கள் வாழ்க்கையினைக் கிளத்திக் கூறுவனவே சங்க இலக்கியங்களாகும். தொல்காப்பியனார் கூறும் முதற் பொருளும் கருப்பொருளும் இயற்கையின் இனிய பெற்றியினை எடுத்தியம்ப, அவர் கூறும் உரிப்பொருள் மக்கள் வாழ்வினை வகையுறப் புனைந்து நிற்கின்றது. எனவே இயற்கையில் இலங்கும் அழகினைப் போற்றி மகிழ்ந்தனர் பழந்தமிழர் எனலாம். இயற்கையை இனிது போற்றிய தோடு, இயற்கையில் இறைவன் கொலுவீற்றிருப்பதாக எண்ணி, அவ் எண்ணத்தின் அடிப்படையில் இறைவனை வழிபடவும் செய்தனர் நம்மவர்கள். அவ் இறைவனை முருகன் என்றனர். அழகு உறையும் குன்றுகளி லெல்லாம் கோலக் குமரன் கொலுவீற்றிருப்பதாகக் கொண்டு,ஆங்காங்கு அவனை விழாவெடுத்து வழிபட்டனர்.

அழகுக் கடவுளாக உறையும் முருகனைத் தமிழ்க் கடவுளாகவும் கொண்டனர் நந்தமிழர். முத்தமிழால் 'வைதாரையும் வாழவைப்பான் முருகன்' என்பர் அருண கிரியார்.

பரங்குன்றில் அமர்ந்த பன்னிருகைக் கோமானைப்பற்றி எழுந்த 'முருகன் காட்சி' எனும் இந் நூலில் பன்னிரு கட்டுரைகள் அடங்கியுள்ளன. முதற் கட்டுரை 'முருகும் உலகும்' என்பது எங்கும் காணப்படும் இயற்கையில் முருகன் நீக்கமற நிறைந்தொளிர்கின்றான் என்பதனை எடுத்துக் காட்டுவதாகும்.

இரண்டாவது கட்டுரை 'நக்கீரர் வரலாறு' என்பதாகும். இக்கட்டுரையில் திருமுருகாற்றுப்படையின் ஆசிரியர் நக்கீரர் குறித்த பழைய செய்திகள் பரக்கப் பேசப்படுகின்றன. 'கொங்குதேர் வாழ்க்கை' எனத் தொடங்கும் குறுந்தொகையின் இரண்டாவது பாடல், பரஞ்சோதியார் திருவிளையாடற் புராணத்திற் காணப் படும் தருமியின் வரலாறு முதலியன பற்றிய செய்திகள் இக்கட்டுரையில் விளக்கமாக உரைக்கப்பட்டுள்ளன.

மூன்றாவது கட்டுரை 'நக்கீரர் காட்டும் முருகன்' என்பதாகும். முதலாவதாகத் தொல்காப்பியம் புறத் திணையியலிற் கூறப்படும் ஆற்றுப்படையின் இலக்கணம் தெளிவுறுத்தப் பெற்றுள்ளது. அடுத்து, திருமுருகாற்றுப்படை ஆற்றுப்படை இலக்கணத்திற்கு எம்முறையில் எந்த அளவில் பொருந்தி வந்துள்ளது என்பது குறிப் பாகப் புலப்படுத்தப்பட்டுள்ளது. மேலும், திருமுருகாற்றுப்படையில், கைபுனைந்தியற்றாக் கவின்பெறு வனப்பு நக்கீரரால் எவ்வாறு வருணிக்கப்பட்டுள்ளது என்பதும், பெருந்தண் கண்ணி மிலைந்த சென்னியனாகத் திருமுருகன் திறம்பட விளங்குவதும் ஆகிய செய்திகள் பேசப்பட்டுள்ளன. முருகப் பெருமானின் சிவந்த திருவடிகளைத் தேடிச் செல்லும் தலைமை சான்ற உள்ளத்துட னும், நன்மையையே நாடிச் செல்லும் குறிக்கோளுடனும் முருகன் விரும்பி எழுந்தருளியிருக்கும் இடங்களுக் குச் 'சேவடி படரும் செம்மல் உள்ளத்தினராய் அடியவர்கள் செல்கிறார்கள்; தாங்கள் எண்ணிய எண்ணம் ஈடேறப் பெறுகின்றார்கள்.

அடுத்து மதுரையின் சிறப்புக் குறிக்கப் பெறுகின்றது. மதுரை மாநகர் 'பொருநர்த் தேய்த்த போரரு வாயிலாக' விளங்குவதும், அம்மதுரையின் மேற்றிசையில் முருகன் விரும்பியுறையும் திருப்பரங்குன்று திகழ்வதும் கூறப்படு கின்றன. பின்னர் ஆறுமுகமும் பன்னிரு கைகளும் எவ்வாறு விளங்குகின்றன என்பதும் அவை எச்செயல்களை ஆற்றுகின்றன என்பதும் விளங்கக் கூறப்படுகின்றன இது

திருச்சீரலைவாய் எனப்படும் திருச்செந்தூரிலே திரு முருகன் கொண்டுள்ள தோற்றப் பொலிவாகும்.

அடுத்துத் திருவாவினன்குடியில் முத்தீச் செல்வத்து இருபிறப்பாளர் நியமங்களோடு ஆறுமுகப் பெருமானைப் பரவிப் போற்றுவது கூறப்படுகின்றது. குன்றுதோறும் விரும்பிக் கோயில் கொண்டுள்ள குமரக் கடவுளின் அருட்பொலிவும், குன்றுவாழ் குறக்குடியினர் மைந்தரும் மகளிருமாகச் சேர்ந்து நிகழ்த்தும் குரவைக் கூத்தும் கவினுறக் கிளத்தப்படுகின்றது.

திருமுருகாற்றுப்படையின் இறுதிப் பகுதியில் பழமுதிர் சோலையில் பாங்குடன் ஞாலம் உய்யக் கொலு வீற்றிருக்கும் ஞானச் செல்வனின் சிறப்பு நன்கு பேசப்படுகின்றது. 'ஊரூர்கொண்ட சீர் கெழு விழவும்', 'முருகாற்றுப் படுத்த உருகெழு வியன் நகரும்' அப்பகுதியில் விளங்க எடுத்துரைக்கப்படுகின்றன. 'காடும் காவும் கவின் பெறு துருத்தியும், யாறும் குளனும் வேறுபல் வைப்பும், சதுக்கமும் சந்தியும் புதுப்பூங் கடம்பும், மன்றமும் பொதியிலும் கந்துடை நிலையிலும் அன்றியும், நினைவார் நினையுமிடங்களிலும் கோலக் குமரன் கொலு வீற்றிருந்து, தன்னை நாடித் தேடிவரும் அடியார்களைத் தாங்கி, 'அஞ்சல் ஓம்புமதி; அறிவன் நின்வரவு' என நல்ல ஆறுதல் அன்பு மொழிகளைக் கூறி அருள் பாலிக்கின்றான் என்பது நயமுறக் கிளத்தப்படுகின்றது. அடுத்து, 'அரும் பெறல் மரபின் பெரும் பெயர் முருகனின்' பெருமையும், அவன் அருள்கூர்ந்து அடியவர்களைப் புரக்கும் மாண்பும் மனங்கொளப் பேசப்படுகின்றன. இறுதியில் பழமுதிர் சோலையில் 'இழுமென இழிதரும் அருவி' துகில்களைப் போல் அசைந்து, அகிலைச் சுமந்து, சந்தன மரத்தைத் தள்ளி அழகுற ஓடிவரும் அழகு கவினுறக் கிளத்தப்படுகின்றது. முடிவுரையில் திருமுருகாற்றுப் படையின் பெருமை பேசப்படுகின்றது.

இவ்வாறு இந் நெடிய கட்டுரை திருமுருகாற்றுப் படையின் முழு விளக்கமாக அமைந்துள்ளதைக் காணலாம். நக்கீரர்

வழியில் நின்று இக் கட்டுரையினை யான் உருவாக்கியுள்ளேன் என்பதனை இம் முன்னுரையில் குறிப்பிட விரும்புகின்றேன்.

நான்காவது கட்டுரை 'பரிபாடற் புலவர்கள் காட்டும் முருகன்' என்பதாகும். இருபத்திரண்டு பாடல்களைக் கொண்ட பரிபாடலில் முருகனைப் பற்றிய பாடல்கள் எட்டாகும். இவ் எட்டுப் பாடல்களும் பழைய பாடல்களாகும். இப் பாடல்கள் வழி முருகனைப் பற்றிய செய்திகளாக. நாம் அறிவன யாவை? என்னும் வினாவிற்கு விடை கூறும் வண்ணம் அமைந்துள்ளது இக் கட்டுரையாகும்.

'இளங்கோவடிகள் காட்டும் முருகன்' என்னும் கட்டுரை, சமயக் காழ்ப்பின்றிச் சமய ஒருமைப்பாடு கண்ட நல்லார் இளங்கோவடிகள் தாம் இயற்றிய சிலப் பதிகாரத்தின் மூன்றாவது காண்டமான வஞ்சிக் காண்டத்தின் முதற் காதையான 'குன்றக் குரவை'யில் குமரப் பெருமானின் சிறப்புக்களாகக் குறித்திருக்கும் செய்திகளைக் குறைவறக் கொண்டிலங்குவதாகும்.

கச்சியப்பர் ஒரு காவியக் கடல்; கந்த புராணத்தைத் தந்த செல்வர். கந்த புராணத்தில் திருமுருகனின் வரலாறு திறம்படப் பேசப்படுகின்றது. இப் புராணத்தில் கந்தவேளின் பிறப்பு வளர்ப்பு, முருகன் சூரனை அழித்து அமரர் துயர் களைந்த அருட்செயல், அமரர்கோன் வளர்த்த அருஞ்செல்வி தேவானையைக் கற்பில் கொண்டு வள்ளி மலையில் நம்பிராசன் என்னும் வேட்டுவ வேந்தனின் மகளாய் வளர்ந்த வள்ளியைக் களவிற் கொண்டு அடியவர்க்கு அருளிய வரலாறு முதலியன விளங்க உரைக்கப்படுகின்றன.

பாமணக்கும் நாமணக்கும் திருப்புகழ்ப் பாடல்களைத் தந்த செல்வர், நினைக்கவே முத்தி தரும் தலமாம் திருவண்ணாமலையில் பிறந்த அருணகிரியார் ஆவர். அவர் தம் திருப்புகழ்ப் பாக்கள் வழிக் காட்டும் முருகன், பக்தியிற் கனிந்த பழமாவன். பல குன்றிலமர்ந்த பெருமாளை

நெஞ்சாரத் துதித்து, வாயாரப் பாடிக் கலியுக வரதனாம் கந்தவேளை வந்தித்து வந்தவர் அருணகிரியார் என்பது இக் கட்டுரையால் புலனாகும்.

சிறுபிரபந்த வகைகளில் சிந்தையைக் கவர்கின்ற இலக்கிய வகை, பிள்ளைத் தமிழாகும்! பிள்ளைத் தமிழ் எனும் பெரிய தமிழைப் பதினேழாம் நூற்றாண்டில் சிறக்கப் பாடியவர் குமரகுருபரர் ஆவர். அவர் புள்ளிருக்கு வேளூர் முருகன் மீது பாடிய பிள்ளைத் தமிழ் முத்துக் குமார சுவாமி பிள்ளைத் தமிழ் ஆகும். இப் பிள்ளைத் தமிழில் காணலாகும் முருகன் காட்சியே எட்டாவது கட்டு ரையாக இலங்கும் 'குமர குருபரர் காட்டும் முருகன்' என்னும் கட்டுரையாகும்.

ஒன்பதாவது கட்டுரை 'வள்ளலார் காட்டும் முருகன்' என்பதாகும். பத்தொன்பதாம் நூற்றாண்டில் வாழ்ந்து சமரச சுத்த சன்மார்க்கம் கண்டவர் வள்ளலார் ஆவர்.

இருபதாம் நூற்றாண்டுக் கவிஞர்களான பாரதி கவிமணி முதலான கவிஞர்களும் முருகன் காட்சியில் கட்டுண்டு திளைத்துக் கவிதை பாடியவர்களே என்பதனைப் பத்தாவது கட்டுரை உணர்த்தும்.

ஈற்றயல் கட்டுரையாக இலங்கும் கட்டுரை 'தமிழ்த் தெய்வம்' என்பதாகும். இக் கட்டுரையில் முருகனின் சிறப்புக்கள் அனைத்தும் ஒருங்கே தொகுத்துக் கூறப்பட்டுள்ளன. அறுபடை வீடுகளைப் பற்றிய குறிப்புக்களும் அக் கட்டுரையில் இடம் பெற்றுள்ளன.

இறுதிக் கட்டுரை 'பாராயணப் பாடல்கள்' என்பதாகும். திருமுருகப் பெருமானின் திருவருளை வேண்டும் அடியவர்கள் நாள்தோறும் பாராயணம் செய்யத்தக்க பாடல்கள் இக்கட்டுரையில் தொகுத்தளிக்கப்படுகின்றன. பின்னிணைப்பில் தமிழ்ப் பெரியார் திரு.வி. க. அவர்கள் 'முருகன் அல்லது அழகு' எனும் அவர்தம் நூல்வழி அறிவிக்கும் சிறந்த கருத்துக்கள் அகழ்ந்து தரப்பட்டுள்ளன.

தமிழ்க் கடவுளாம் முருகனைப் பற்றி யான் எழுதிய 'முருகன் காட்சி' எனும் இந்நூலினைத் தமிழ் கூறு நல்லுலகம் நன்கு வரவேற்கும் என்று நம்புகின்றேன். என் செயல்களுக்குத் தோன்றாத் துணையாக நின்றொளிரும் இறையருளை வந்தித்து வணங்குகின்றேன்.

சி.பாலசுப்பிரமணியன்

முருகன் காட்சி

1. முருகும் உலகும்

அமிழ்தினும் இனிய நம் செந்தமிழ் மொழி முன்னைப் பழமைக்கும் பழமையாய்ப் பின்னைப் புதுமைக்கும் புதுமையாய்ப் பொலிந்து நிற்பதாகும். தொன்மைச் சிறப்புடன் தனிப் போக்கினையும் தகைசால் இலக்கியங்களையும் தன்னகத்தே கொண்டிலங்குவது குன்றாத வாழ்வுடைய நம் தமிழ் மொழியேயாம். "அளவிலும் சுவையிலும் தமிழிலுள்ள திருப்பாடல்கள் போல், பிற இலக்கியங்களில் இல்லை" என்பது அறிஞர் கூற்றாகும். ஆங்கிலம் வணிகத்தின் மொழி என்றும், இலத்தீன் சட்டத்தின் மொழி என்றும், கிரேக்கம் இசையின் மொழி என்றும், ஜெர்மன் தத்துவத்தின் மொழி என்றும், பிரஞ்சு தூதின் மொழி என்றும், இத்தாலியன் காதலின் மொழி என்றும் கூறப்படுவது பொருந்துவது போன்று தமிழ் இரக்கத்தின் மொழி எனக் கூறுவது பொருந்தும் எனவும் உரைப்பர். எனவே தமிழ் மொழியினைப் பக்தியின் மொழி எனப் பாராட்டுவர் பெரியோர். தெய்வப் புலமைச் சேக்கிழாரும், 'ஞால மளந்த மேன்மை தெய்வத் தமிழ்' எனத் தமிழைத் 'தெய்வத் தமிழ்' என்பர். தமிழைத் தெய்வத்தோடு தொடர்புபடுத்திக் கூறும் தனிச் சிறப்பு தமிழ் மொழிக்கே உரிய தனிச் சிறப்பான தொன்றாம். எனவே 'சொல்லில் உயர்வு தமிழ்ச் சொல்லே; அதைத் தொழுது படித்திடடி பாப்பா' என்று பாரதியாரும் தமிழைத் தொழுது படித்திடல் வேண்டும் என்று குறிப்பிட்டுள்ளார்.

இத்தகு பழமையும் பெருமையும் தெய்வத் தொடர்பும் கொண்ட தமிழின் தொன்மை இலக்கியங்களாகத்

துலங்குவன பாட்டும் தொகையும் கீழ்க் கணக்குமாகும். அவற் றிலும் பாட்டு எனக் குறிக்கப்பெறும் பத்துப் பாட்டே அருமையும் பெருமையும் வாய்ந்ததாகும். எனவே உச்சிமேற் புலவர்கொள் நச்சினார்க்கினியர்,

ஆன்றோர் புகழ்ந்த அறிவினிற் றெரிந்து
சான்றோர் உரைத்த தண்டமிழ்த் தெரியல்
ஒருபது பாட்டும்

என்று பாராட்டுவராயினர்.

மேலும் பேராசிரியரும் 'பாட்டினுந் தொகையினும் வருமாறு கண்டுகொள்க' என்று பாட்டையே முதலிற் குறிப்பிட்டுள்ளார். 'தமிழ் விடு தூது' ஆசிரியரும்,

மூத்தோர்கள்.
பாடி யருள்பத்துப் பாட்டுமெட்டுத் தொகையுங்
கேடில் பதினெட்டுக் கீழ்க்கணக்கும்

-தமிழ்விடு தூது : 55, 56

என்று பாட்டையே முதற்கண் கிளத்தியிருக்கின்றார்.

மேலும் பேராசிரியர் சுந்தரம்பிள்ளை அவர்கள் பத்துப் பாட்டில் இல்லது புனைதலில்லாத அளவான கற்பனையைக் காணலாம் என்கிறார்:

பத்துப்பாட் டாதிமனம் பற்றினார் பற்றுவரோ
எத்துணையும் பொருட்கிசையும்
இலக்கணமில் கற்பனையே.

-மனோன்மணீயம்: பாயிரம்

பத்துப்பாட்டு நூல்கள் இவையிவை என்பதைக் கீழ்க் காணும் பழைய வெண்பா குறிப்பிடுகின்றது:

முருகு பொருநாறு பாணிரண்டு முல்லை
பெருகு வளமதுரைக் காஞ்சி- மருவினிய
கோலநெடு நல்வாடை கோல் குறிஞ்சி
பட்டினப் பாலை கடாத்தொடும் பத்து.

சங்கத் தமிழ் நூல்களில் சிறந்தது பத்துப்பாட்டு என மேலே கண்டோம். அப்பத்துப் பாட்டினுள்ளும் சிறந்தது- தலையாயது - முதலாவதாக வைத்து எண்ணப் பெறுவது- திருமுருகாற்றுப்படையாகும். பத்துப்பாட்டினுள் முதலில் காப்பாக அமைந்தது திருமுருகாற்றுப்படையாகும். எட்டுத் தொகை நூல்கள் பலவற்றிற்குப் பாரதம் பாடிய பெருந்தேவனார் கடவுள் வாழ்த்துச் செய்யுள் பாடியுள்ளார். ஆனால் அது போலப் பத்துப்பாட்டிற்குக் கடவுள் வாழ்த்துச் செய்யுள் என்று ஒன்று தனியாகக் காணப் பெறவில்லை. திருமுருகாற்றுப்படையே பத்துப்பாட்டின் கடவுள் வாழ்த்தாக - காப்புச் செய்யுளாக அமைந்துள்ளது. மேலும் சைவத் திருமுறைகள் பன்னிரண்டனுள் பதினோராந் திருமுறையில் சேர்க்கப் பெற்றிருக்கும் பெருமையையும் இந்நூல் கொண்டுள்ளது.

பழந்தமிழர் இயற்கையோடியைந்த இன்ப வாழ்வு வாழ்ந்தனர். எங்கும் நீக்கமற நிறைந்திருக்கின்ற இயற்கையில் இறைவனைக் கண்டனர். எங்கெங்கெல்லாம் எழில் களிநடம் புரிகின்றதோ அங்கங்கெல்லாம் இறைவனின் அருட்பொலிவைக் கண்டனர், காலையிளம் பரிதியிலும், கடற்பரப்பிலும், ஒளிப்புனலிலும் அழகைக் கண்டனர். இயற்கையையும் தங்கள் உறவாக எண்ணி மகிழ்ந்தது அக்காலக் கவிஞர்தம் நெஞ்சம் புன்னை மரத்தைத் தமக்கையாக எண்ணி அதனெதிரில் தன் தலைவனோடு பேசுவதற்கு நாணிப் பிணங்கிய தலைவியை நாம் நற்றிணையில் காண் கின்றோம்.

'நமக்கு ஒன்று உரையாது போயினும் படப்பை வேங்கைக்கு மறந்தனர்கொல் புள்வாய்த் தூதே' என்று கவல்கின்ற தலைவியை நாம் குறுந்தொகையில் சந்திக்கின்றோம்.

அரும்புகளையும் அன்னங்களையும் தன்னோடொத்த நிலையிலே எண்ணி அவற்றை நோக்கி விளித்துத் தன் ஆற்றாமையைப் புலப்படுத்தும் மாதவியினை இளங்கோவடிகள் சிலப்பதிகாரத்திலே சித்திரித்திருக்கின்றார்;

தம்முடைய தண்ணளியுந் தாமுந்தம் மான்றேரும்
எம்மை நினையாது விட்டாரோ விட்டகல்க
அம்மென் இணர அடும்புகாள் அன்னங்காள் நம்மை
மறந்தாரை நாமறக்க மாட்டேமால்.

-சிலப்பதிகாரம்: கானல்வரி : 32

இத்தகைய சங்கத் தமிழ்ப் புலவர் நெறியினையும் அருளார்ந்த நெஞ்சத்தினையும் நன்குணர்ந்தவர் பாரதியார். அதனாலே தான் காக்கை, குருவி, கடல், மலை-ஏன்?
நோக்குமிடமெல்லாமே அவர்க்கு ஒரே சமுதாயமாகத் தோன்றுகின்றது.

காக்கை, குருவி எங்கள் ஜாதி - நின்
கடலும் மலையும் எங்கள் கூட்டம்;
நோக்கும் திசையெல்லாம் நாமன்றி வேறில்லை;
நோக்க நோக்கக்களி யாட்டம்

-பாரதியார் : ஜெயபேரிகை.

என்று நீக்கமற நிலைத்திருக்கின்ற பொருள்களிலெல்லாம் உறவு கொண்டாடினார் பாரதியார். இதனையே 'நந்த லாலா' பாட்டில் இன்னும் சிறப்பாக இறைநிலையோடு ஒட்டிக் காணுகின்றார்:

காக்கைச் சிறகினிலே நந்தலாலா!- நின்றன்
கரியநிறந் தோன்று தையே நந்தலாலா?
பார்க்கும் மரங்க ளெல்லாம் நந்தலாலா !
நின்றன் பச்சை நிறந் தோன்று தையே நந்தலாலா!
கேட்கு மொலியி லெல்லாம் நந்தலாலா!-நின்றன்
கீத மிசைக்குதடா நந்தலாலா!

தீக்குள் விரலை வைத்தால் நந்தலாலா!
நின்னைத் தீண்டு மின்பந் தோன்றுதடா நந்தலாலா!

-பாரதியார்: நந்தலாலா.

காக்கைச் சிறகின் கருமையிலும், பார்க்கும் மரங்களின் பசுமையிலும், கேட்குமொலியின் இனிமையிலும், தீக்குள் விரலின் தெறலினிலும், இறைவனின் திருவோலக்கப் பொலிவையும் சிறப்பையுமே கண்டார் பாரதியார்.

இத்தகைய நெறியில் - இயற்கையில் இறைவனைக் கண்டு தலைப்படும் அருள்நெறியில் முதற்கண் பெரிதும் ஈடுபட்டவர் நக்கீரர். எனவே குறிஞ்சிநிலத் தெய்வமாகிய குமரனை - முருகனை - அழகின் வடிவமாக - முருகியலின் முழுப் பிழம்பாகக் கண்டார். மலையும் மலையைச் சார்ந்த நிலமாகிய குறிஞ்சியிலே தான் உலகில் மக்கள் முதன் முதலாகத் தோன்றி வாழத் தொடங்கியது என்பர் உயிர் நூல் ஆராய்ச்சி அறிஞர். இவ்வுலகின் தோற்றத்தையும் இயக்கத்தையும் கூர்ந்துநோக்கிய நம் முன்னோர்கள் இவ்வாறு இந்த உலகம் இடையறாது நடப்பதற்கு ஏதோ ஒரு பரம் பொருள் - ஒரு முழுமுதற் பொருள் இருத்தல் வேண்டும் என்று துணிந்தனர். அந்த முழுமுதற் பொருளை இவ்வுலகின் கண் காணப்படும் ஒவ்வோர் அணுவிலும் உள்ளீடாய் நீக்கமற நிறைந்திலங்கி மன்பதைக்குத்தானே பற்றுக் கோடாய், தனக்கொரு பற்றுக்கோடுமின்றி, "ஆதியுமந்த முமில்லாத அருட்பெருஞ் சோதியாய்" சொரூப ஞானச் கூடரொளித் தீபமாய் எப்பொருளையும் தன்னுட்டோற்றி யழிப்பதுமாகிய ஓர் ஒப்பற்ற ஆற்றல் சான்ற பொருளைக் 'கந்தழி' என்ற பெயரானே வழங்கி மனத்தால் நினைந்து வணங்கி வருவாராயினர். அங்கிங்கெனாதபடி எங்கும் நிறைந்திருக்கும் அக் கந்தழியை யாண்டும் எத்திசையினும் கட்புலனுக்குத் தோன்றும் கவினார் அழகே என்று துணிந்தனர். அழகின் தோற்றமே - முருகியல்பின் வெளிப்பாடே மனமொழி மெய்களைக் கடந்த கந்தழியின் - கடவுளின்- தெய்வத்தின்

தோற்றம் ஆதல் வேண்டும் என்று கருதினர். முருகு என்னுஞ் செஞ்சொல் அழகு, இளமை, மணம், கடவுட்டன்மை ஆகிய பொருட்களிற் பொதுளும். அழகு உறைகின்ற இடமெல்லாம் அம் முருகு கொலுவீற்றிருக் கின்றது என் கண்டனர். எனவே கொள்ளையழகு பூத்துக் குலுங்கும் மலைப் பகுதிகளிலெல்லாம் - அம் முருகு - அம்முருகன் வீற்றிருக்கின்றான் என்று கண்டு, குறிஞ்சி நிலத் தெய்வமாக அம் முருகனைக் கண்டனர். 'முருகு' எனும் இறைப்பொருள் உணர்த்தும் சொல்லோடு 'அன்' எனும் ஆண்பால் விகுதி பெற்று 'முருகன்' என்று வழங்கப் பட்டது. நிலவுலகம் நானிலம் என்ற பாகுபாடு பெற்ற காலத்தே முதற்கண் தோன்றிய நிலமாகிய மலைக்கு முதன் முதற் தெய்வமாக முருகு கொள்ளப்பெற்றது. இதனையே ஒல்காப் பெரும் புகழ்த் தொல்காப்பியனாரும்,

மாயோன் மேய காடுறை யுலகமுஞ்
சேயோன் மேய மைவரை யுலகமும்
வேந்தன் மேய தீம்புன லுலகமும்
வருணன் மேய பெருமண லுலகமும்
முல்லை குறிஞ்சி மருதம் நெய்த லென்று
சொல்லிய முறையாற் சொல்லவும் படுமே

-தொல்காப்பியம் : அகத்திணை இயல்:5

என்று கூறிப் போந்தார்.

ஆகவே தமிழின் தொன்னூலும் முன்னூலுமான தொல்காப்பியத்திலேயே பழந் தமிழகத்தின் பழைய நிலமான மலைக்குத் தெய்வமாகச் சேயோன் - முருகன் கூறப்படுகின்றான். இதனாலே முருகன் அழகுக் கடவுள் என்பதும் தமிழ்க் கடவுள் என்பதும் தாமே போதரும்.

2. நக்கீரர் வரலாறு

திருமுருகாற்றுப்படையின் ஆசிரியர் நக்கீரனார் என்னும் நல்லிசைப் புலமைச் சான்றோர் ஆவர். இவர் நக்கீரர் எனவும் நக்கீரனார் எனவும் பல பெயர்களால் அழைக்கப் பெறுகின்றார்.இவர் மதுரைக் கணக்காயனார் மகனார் நக்கீரனார் என்று வழங்கப்படுகின்றமையால் இவர் மதுரையில் பிறந்தவரென்பதும், மதுரைமாநகரில் அக் காலத்தே சீர்பெற்றுத் திகழ்ந்திருந்த ஓர் கணக்காயனார் ஆசிரியர் மதுரைக் கணக்காயனார் என்பவர் தம் மகனாரே இந்நக்கீரர் என்பதும் அறியப்பெறும். கீரர் என்பது இவர் தம் இயற்பெயர் ஆகும். 'ஈ' என்பது சிறப்பினைக் குறிப்பதோர் இடைச்சொல். எனவே இவர் இயற்பெயரின் முதற் கண் சிறப்புணர்த்தும் இடைச்சொல்லும், இறுதியில் 'ஆர்' என்னும் சிறப்பு விகுதியும் பெற்று நக்கீரனார் என்று அழைக்கப் பெற்றார். "குலநினையல் நம்பி' என்னும் சிந்தாமணிச் செய்யுளுரையில், நப்பின்னை' என்பதனை விளக் குழி "பின்னை, அவள் பெயர்: ந-சிறப்புப் பொருளுணர்த் துவதோரிடைச் சொல்; நச்செள்ளை, நப்பாலத்தன், நக்கீரன் என்றாற்போல" என நச்சினார்க்கினியர் கூறுதல் காண்க. இவ்வாறு கூறுவது கொண்டு பண்டைக் காலத்தே கல்வி கேள்விகளானே நிறைவும் செறிவும் பொருந்திய நல்லிசைப் புலமை வாய்ந்த சான்றோர்கள் தங்கள் பெயர்க்கு முன் நகர இடைச் சொல் பெற்று வழங்கப் பெற்றனர் என்பது தாமே போதரும். 'வில்லுக்குச் சேரன்; சொல்லுக்குக் கீரன்' என்பது பழமொழி.

பழைய திருவிளையாடலில் ஒரு செய்யுள் காணப்படு கின்றது. அது வருமாறு:

அங்கங் குலுங்க வரிவாளி னெய்யென்றோர்
பங்கக் கவிதை பரமன் சொல விளிந்து சங்கறுப்ப
தெங்கள்குலந் தம்பிராற் கேதென்றோர் துங்க
முறுங்கவிதை சொன்னா னெதிர் துணிந்து.

'கொங்கு தேர் வாழ்க்கை' என்னும் செய்யுட் பொருள் பற்றி மதுரைச் சொக்கநாதருக்கும் நக்கீரனாருக்கும் வாது நிகழ்ந்தது. அதுபோழ்து,

அங்கங் குலுங்க வரிவாளி னெய்தடவிப்
பக்கம் படவிரண்டு கால்பரப்பிச்- சங்கதனைக்
கீர்கீ ரெனவறுக்குங் கீரனோ வென்கவியை
ஆராயு முள்ளத் தவன்

என்று சொக்கநாதர் சினந்து கூற அதற்கு எதிராக நக்கீரனாரும்,

சங்கறுப்ப தெங்கள்குலந் தம்பிராற் கேதுகுலம்
பங்கமறச் சொன்னார் பழுதாமே-சங்கை
அரிந்துண்டு வாழ்து மரனாரைப் போல
இரந்துண்டு வாழ்வ திலை.

என ஆல்வாயுறை அண்ணலை அவமதித்துரைத்தனரென்றும் வழங்கும் ஓர் கதைக்கு மேற்கூறிய பழைய திருவிளை யாடற் செய்யுள் ஒன்றே சான்று கூறுகின்றது. இக் கதைகட்கெல்லாம் சான்றுகள் இல்லை. இக்கதையினைச் சார்பாகக்கொண்டு புலவர். புராணமுடையார், நக்கீரனார் நெய்தல் நிலத்தில் பரதவர் குடி ஒன்றில் பிறந்தவர் எனக்கூறிப் போயினர். இக்கதையினையும்,

வேளாப் பார்ப்பான் வாளரந் துமித்த
வளைகளைத் தொழிந்த கொழுந்து.

என்னும் அகப்பாட்டு வரிகளையும், "யாகம் பண்ணாத ஊர்ப் பார்ப்பான் இவர்களுக்குச் சங்கருக்கையுந் தொழில் என்னும் உரைக்குறிப்பினையும் ஆதாரமாகக் கொண்டு நக்கீரனார் வேள்வி வேட்காது சங்கறுக்குந் தொழிலை மேற்கொண்

டொழுகிய அந்தணர் என்பர் மகாவித்துவான் இராகவையங்கார். வேளாப் பார்ப்பார் என்ற சொல், பொற்றொழில் புரியும் மரபினரைக் குறிக்கும். பொற் கொல்லர், தம்மை 'விசுவப் பிராமணர்' என்று கூறிக் கொள்வதும், அகப்பாட்டு உரைகாரர் 'ஊர்ப்பார்ப்பான்' என்று உரை கூறுவதும் ஈண்டுக் கருதற்குரியன. விசுவம் என்ற சொல் உலகம் என்னும் பொருண்மைத்து. ஆயினும் நக்கீரனாரை ஒரு குலத்திற்கு உரியவர் என்று தளையிட்டு விடாமல் "செஞ்சொற் கவிதை தந்த அஞ்சொற் கவிஞர்' என்று கூறுதல் அமைவுடைத்தாகும்.

இவரைச் சைவ சமயத்தினர் என்பர். சைவ நூல்கள் பலவும் இக்கருத்துக்குச் சான்று பகரும். சுந்தரமூர்த்தி சுவாமிகள் தம் திருத்தொண்டத் தொகையுள் 'பொய்ய டிமையில்லாத புலவர்க்கும் அடியேன்' என்று பாடினார். நம்பியாண்டார் நம்பிகள் தாம் இயற்றிய திருத்தொண்டர் திருவந்தாதியில் பொய்யடிமையில்லாத புலவர்களைக் குறிப்பிடுகின்ற பொழுது நக்கீரனார் உள்ளிட்ட சங்கப் புலவர்கள் சிலரைக் குறிப்பிட்டுள்ளார்:

தரணியிற் பொய்மை யிலாத்தமிழ்ச் சங்க மதிற்கபிலர்
பரணர்நக் கீரர் முதனாற்பத் தொன்பது பல்புலவோர்
அருணமக் கீயுந் திருவால வாயரன் சேவடிக்கே
பொருளமைத் தின்பக கவிபல பாடும் புலவர்களே.

இவர்தம் பாடல்களில் சிவபெருமான், மணிவண்ணன், வாலியோன்,முருகன், இந்திரன் முதலிய கடவுளர்களைப் புகழ்ந்து பாடியுள்ளார்.

நிறைமொழி மாந்தர் ஆணையின் கிளந்த
மறைமொழி தானே மந்திரம் என்ப

-தொல்காப்பியம் : செய்யுள் இயல்: 176

என்னும் தொல்காப்பியச் செய்யுளியற் சூத்திரவுரையில் பேராசிரியர், "இவை தெற்கண்வாய் திறவாத பட்டி

மண்டபத்தார் பொருட்டு நக்கீரர் ஒருவன் வாழவும் சாவவும் பாடிய மந்திரம் அங்கதப் பாட்டாயின" என எழுதியுள்ளார். இவ்வாறு இவர் உரை கூறினமைக்கு ஒரு கதை பண்டுதொட்டுக் கூறப்பட்டு வருகின்றது. ஒரு காலத்தே மதுரையம்பதியில் பட்டிமண்டபத்திடை இப்புலவர் பெருமான் வீற்றிருந்த பொழுது குயக் கொண்டான் என்பான் ஒருவன், வடமொழியே சிறந்ததென்றும் தமிழ்மொழி தாழ்ந்த தென்றும் கூறினானாக, தண்டமிழாற்றலின் தன்மையைத் தாழ்த்திப் பேசினமையைப் பொறாத -தண்ணார் தமிழைத் தம் உயிரினும் மேலாகக் கருதிய நக்கீரனார்,

முரணில் பொதியின் முதற்புத்தேள் வாழி
பரண கபிலரும் வாழி-அரணியல்
ஆனந்த வேட்கையான் வேட்கோக் குயக்கோடன்
ஆனந்தஞ் சேர்கசுவாகா

என்று பாடியருள, அக் குயக் கொண்டான் அப்பொழுதே இறந்து வீழ்ந்தான் என்றும், சான்றோர் சிலர் அவன் அறியாமைக்கும் சாவிற்கும் வருந்தி நக்கீரனாரை அவனை மீண்டும் உயிர்ப்பிக்கக் கேட்டருள அவரும் அதற்கு இணங்கி,

ஆரியம் நன்று தமிழ்தீ தெனவுரைத்த
காரியத்தாற் காலக்கோட் பட்டானைச்-சீரிய
அந்தண் பொதியின் அகத்தியனார் ஆணையாற்
செந்தமிழே தீர்க்கசுவாகா

என்று பாடி அவனை உயிர்ப்பித்தார் என்ப.

இவரை 'வாக்கிற்கருணகிரியார்,' "கீதமொழி கூட்டி வேதமொழி சூட்டு கீரர்" என்று பாராட்டியுள்ளார். அளப்பரிய இவர் கல்வி வன்மை பற்றி 'இனைவறு குறுமுனி யிலக்கணம் பெறப், புனை தரும் இலக்கியப் புலவர் சிங்கம்' என்று பதினெட்டாம் நூற்றாண்டின் இணையிலா இலக்கியப் புலவரும் கற்பனைக் களஞ்சியமும் ஆகிய துறைமங்கலம் சிவப்பிரகாச சுவாமிகள் பாராட்டியுள்ளார். கந்தபுராணம் பாடிய கவியரசராகிய கச்சியப்ப சிவாசாரியரும், 'பொய் யற்ற

கீரன் முதலாம் புலவோர் புகழ்ந்த, ஐயன்' என முருகன் பெருமையினைப் பாராட்டு முகத்தானே முருகனைப் பரவிய அடியவராம் நக்கீரனாரின் பெருமையினை நயம்படக் கிளத்தினர். கடைச்சங்கப் புலவர் நாற்பத்தொன்பதின் மரில் தலைமைப் புலவராய் இவர் வீற்றிருந்தமையே இவருடைய சீரினையும் சிறப்பினையும் புகழினையும் புலமை யினையும் நன்கு புலப்படுத்தா நிற்கும்.

கொங்குதேர் வாழ்க்கை

நக்கீரனார் வரலாற்றோடு தொடர்புடைய பாட்டாகக் 'கொங்குதேர் வாழ்க்கை' என்ற பாட்டு காணப்பெறுகின்றது. தருமி என்ற ஏழை அந்தணன் ஒருவன் மதுரையில் வாழ்ந்து வந்தான். பெற்ற தாயையும் பேணிக்காக்கும் தந்தையையும் இழந்த தருமி வறுமையின் கொடுமையால் வாடி மெலிந்தான், அவன் நல்ல கட்டிளம் காளைப் பருவத்தினன்; திருமணம் செய்து நல்லறமாம் இல்லறத்தில் தலைப் படவேண்டும் என்ற எண்ணம் அவன் மனத்தில் வேர் விட்டுத் தழைத்திருந்தது. ஆயினும் கோயிலில் அருச்சனை செய்யும் தொழிலை மேற்கொண்டிருந்த காரணத்தால், வறுமையுற்ற அவன் வாழ்வில் அவ்வெண்ணம் செயல்படுவதற்கான அறிகுறிகள் தென்படவில்லை. நாள்தோறும் தான் பூசித்து வணங்கும் சிவபெருமானிடம் பின்வருமாறு முறையிட்டு வந்தான்:

தந்தை தாயிலேன் தனியன் ஆகிய
மைந்த னேன்புது வதுவை வேட்கையேன்.
வடிவில் இல்லற வாழ்க்கை இன்றிநின்
அடிய ருச்சனைக் கருகன் ஆவனோ.

-பரஞ்சோதி திருவிளையாடல்: 52 : 85, 86

தருமி இவ்வாறு வறுமையில் வாடி வருந்தி வரும் நாளில் பாண்டிய மன்னன் செண்பக மாறன் தன் வாழ்க்கைத் துணைவியோடு இளவேனிலின் வெம்மைத் துயர் தணியும் பொருட்டுத் தன் சோலையின் பாங்கர் அமைந்திருந்த

செய்குன்றில் அமர்ந்து, அசைந்து தவழ்த்துவரும் தென்றலின் இனிமையில் தோய்ந்து கிடந்தான். தென்றலொடு நறுமணமும் கலந்து வந்தது.

வெவ்விய வேலான் வீசும் வாசமோந் தீது வேறு
திவ்விய வாச மாக விருந்தது தென்றல் காவில்
வெளவிய வாச மன்று காலுக்கும் வாச மில்லை
எவ்வியல் வாச மேயோ விதுவென வெண்ணங் கொள்வான்.

-பரஞ்சோதி திருவிளையாடல்: *52:79*

தென்றற் காற்றில் மிதந்து வந்த நறுமணம் பாண்டிய மன்னனின் அறிவுக்கு வேலைகொடுத்துவிட்டது.

"காற்றிற்கு மணம் இல்லையே; நந்தவனப் பூக்களின் மணமும் அன்றே இது. இப்புதிய நறுமணம் எங்கிருந்து வருகின்றது" என்ற எண்ணத்தில் - ஆராய்ச்சியில் மனம் உளைந்தான். தன் பக்களில் அமர்ந்திருந்த பாண்டிமாதேவியைப் பார்த்தான். அவள் கூந்தலில் அந்த நறுமணம் கமழ்ந்ததாக எண்ணினான். வண்டும் அறியாத புதிய மணமாக அஃது அவனுக்குத் தோன்றியது. எனவே, "கூந்தல் இயற்கை மணமுடைத்தோ அன்றிச் செயற்கை மண முடைத்தோ?" என்று ஐயுற்றான். "என் ஐயப்பாட்டை அறிந்து அதற்கு விளக்கந் தரும் முறையில் உண்மையை உணர்ந்து யார் பாட்டு இயற்றுகின்றார்களோ அவர்கள் ஆயிரம் பொன்னைப் பரிசாகப் பெறுவார்கள்" என்று அறிவித்துப் பொற்கிழி ஒன்றினை மதுரைத் தமிழ்ச் சங்க மண்டபத்தில் கட்டி வைத்தான்.

ஐயுறு கருத்தை யாவ ராயினு மறிந்து பாடல்
செய்யுந ரவர்க்கே யின்ன வாயிரஞ் செம்பொ
கையுறை வேலா னீந்த பொற்கிழி [னென்றக்

-பரஞ்சோதி திருவிளையாடல்: *52 : 81*

பாண்டியன் மனத்தில் தோன்றிய ஐயத்தை அகற்றும் வகையில் ஒரு பாடல் கிடைத்தால், தன்னுடைய தீராத வறுமையும் தீருமே என்று எண்ணி ஏங்கி நலிந்த ஏழைத். தருமி எல்லாம் வல்ல இறைவனும் சிவபெருமானிடம் தன் குறை நேர்ந்து முறையிட்டுக் கொண்டான். அவன் வேண்டுகோளை ஏற்று இறைவன் எழுதியளித்த பாட்டே இக் 'கொங்குதேர் வாழ்க்கை' என்ற பாட்டாகும்.

இப்பாட்டு எட்டுத் தொகை நூலில் ஒன்றாகிய குறுந் தொகையில் இரண்டாவது பாடலாக அமைந்துள்ளது-- அது வருமாறு:

கொங்குதேர் வாழ்க்கை அஞ்சிறைத் தும்பி
காமம் செப்பாது கண்டது மொழிமோ
பயிலியது கெழீஇய நட்பின் மயிலியல்
செறிஎயிற்று அரிவை கூந்தலின்
நறியவும் உளவோநீ அறியும் பூவே.

-குறுந்தொகை :2

குறுந்தொகையில் இப் பாடலைப் பாடியவர் பெயர் இறையனார் என்று காணப்படுகிறது. குறுந்தொகையின் இறுதியில் 'இத்தொகை முடித்தான் பூரிக்கோ' என்று காணப்படுகின்றமையால் சிதறுண்டு கிடந்த சங்கப் பழம் பாடல்களில் நானூற்றை அடியளவு கண்டு பார்த்துத் தொகுத்துக் 'குறுந்தொகை' என்ற நூலாக நமக்குத் தந்தவர் 'பூரிக்கோ' என்னும் நல்லார் என்று நாம் அறிகின்றோம்.

இப்பாடலின் கீழ்க் காணப் பெறும் பழங்குறிப்பு "இயற்கைப் புணர்ச்சிக்கண் இடையீடு பட்டு நின்ற தலைமகன் தலைமகளை நாணின் நீக்குதற் பொருட்டு மெய் தொட்டுப்பயிறல் முதலாயின அவண்மாட்டு நிகழ்த்திக் கூடித் தனது அன்பு தோற்ற நலம் பாராட்டியது" என்று காணப்படுகின்றது. ஆயினும் தமிழ்நாவலர் சரிதையில்

இந்தப் பாடலின் அடியிற் காணப்பெறும் குறிப்பு "இது தருமியென்னும் பிரமசாரிக்குப் பொற்கிழி வாங்கிக் கொடுக்க இறையனார் சிந்தா சமுத்தி பாடியது" என்று காணப்படுகிறது. இந்த ஐந்துவரிப் பாட்டினைப் பார்க்கும் பொழுது ஒன்றும் கதைக்குறிப்பு இருப்பதாகத் தெரியவில்லை. எனவே இப்பாடல் புறநானூற்றில் இடம் பெறாமல் குறுந்தொகையில் இடம் பெற்றுள்ளது. பாட்டு முந்தியது; கதைக்குறிப்புப் பிந்தியது. ஆயினும் எப்படியோ இக் கதைக்குறிப்பு எக்காலத்திலோ, யாராலோ ஏற்றியுரைக்கப்பட்டு விட்டது போல் தோன்றுகின்றது. ஏனெனில் பின்வந்த நூல்களில் தருமியின் பொருட்டு இறைவனுக்கும் நக்கீரர்க்கும் இடையில் ஏற்பட்ட சொற் 'போர்' சுட்டிக்காட்டப் பெறுகின்றது. முதற்கண் சங்கம் என்ற சொல் நேரிடையாக வரப்பெறும் ஆளுடைய அரசராம் திருநாவுக்கரசரின் திருப்புத்தூர்த் தேவாரத்திலே இக்குறிப்பு இடம் பெற்றுள்ளது :

மின்காட்டுங் கொடிமருங்கு லுமையாட் கென்றும்
விருப்பவன்காண் பொருப்புவலிச் சிலைக்கை யோன்காண்
நன்பாட்டுப் புலவனாய்ச்சங்க மேறி
நற்கனகக் கிழிதருமிக் கருளி னோன்காண்
பொன்காட்டக் கடிக்கொன்றை மருங்கே நின்ற
புனக்காந்தள் கைகாட்டக் கண்டு வண்டு
தென்காட்டுஞ் செழும்புறவிற் திருப்புத் தூரில்
திருத்தளியான் காணவனென் சிந்தை யானே.

கி.பி. ஏழாம் நூற்றாண்டிலே வாழ்ந்தவர் என்று திட்டவட்டமாக நம்பப்படுகின்ற திருநாவுக்கரசர் பெருமான் தருமியின் பொருட்டு இறைவன் புலவனாய்த் தோன்றிப் பொற்கிழி பெற்றுத் தந்ததாகக் கூறியுள்ளார். மணிவாசகப் பெருந்தகையோவெனில் இறைவன் நற்றமிழ் நூல்கள் ஆயப்பெறும் சங்கமண்டபம் சென்றுவிட்டனரோ என்று பொதுப்படக் குறிப்பிட்டுப் பாடியுள்ளார்.

சிறைவான் புனற்றில்லைச்சிற்றம் பலத்துமென்
சிந்தையுள்ளும்
உறைவா னுயர்மதிற் கூடலி னாய்ந்தவொண்
டீந்தமிழின்
துறைவாய் நுழைந்தனை யோவன்றி யேழிசைச் சூழல்
புக்கோ
இறைவா தடவரைத் தோட்கென்கொ லாம்புகுந்
தெய்தியதே.

-திருக்கோவையார் : 20

பக்திச்சுவை நனிசொட்டச் சொட்டப் பாடிய கவி வலவராம் சேக்கிழார் பெருமானும் தம் திருத்தொண்டர் புராணத்துள்,

சென்றணைந்து மதுரையினிற் றிருந்தியநூற் சங்கத்துள்
அன்றிருந்து தமிழாராய்ந் தருளிய வங்கணர்

என்று சிவபெருமான் சங்கப்புலவருள் ஒருவராய் வீற்றிருந்தமையைக் குறிப்பிட்டுள்ளார்.

'வையை நாடவன் மனக்கருத்துணர்ந்துய்யவோர் கவியுரைத்து' அருளவேண்டுமென்று தருமி இறைவனை இறைஞ்சி வேண்டினான். அடியவர்தம் துயர் துடைக்கும் அருளாளனாகிய எவ்வுயிர்க்கும் செந்தண்மை பூண்டொழுகும் அன்புருவான ஆண்டவன் தருமியின் வேண்டுகோளுக்கு இணங்கி இன்னருள் சுரந்தான். அதன் விளைவே, 'கொங்குதேர் வாழ்க்கை' என்ற பாட்டு. இதனைப் பரஞ்சோதி முனிவரின் திருவிளையாடல் அழகுறக் கூறும்

தென்ன வன்குல தெய்வ மாகிய
மன்னர் 'கொங்குதேர் வாழ்க்கை' யின்றமிழ்
சொன்ன லம்பெறச் சொல்லி நல்கினார்
இன்னல் தீர்ந்தவன் இறைஞ்சி வாங்கினான்.

-பரஞ்சோதி திருவிளையாடல் : 52 : 88

தருமியும் கற்றைவார் சடையாரின் பாடல்தனைக் கைக் கொண்டு தொன்னிதி பெற்றெடுத்தவன் போன்று மகிழ்ந்து 'கற்ற நாவலர் கழக நண்ணினான்.' கல்வி வலார் கழகத்தில் மொழித்துறையின் முட்டறுத்து விளங்கிய மூதறி புலவர்கள் அனைவரும் பாடலைப் படித்து அதன் சொற்சுவை, பொருட்சுவையில் ஊறித் திளைத்து 'நல்ல நல்ல வென்று' சாற்றினார்கள். எனவே பாண்டியன் பறை சாற்றிய பரிசிற்குத் தருமி உரியவனானான். அதுபோது நக்கீரனார் குறுக்கிட்டு, குற்றம் இக் கவிக்கு உண்டென்று கூறினார். இது கேட்டுச் சிந்தை நொந்த தருமி; செய்யுள் கொண்டு இறைவன் திருமுன்னர்க் கொண்டுபோய் வைத்து, நின்றன் கவிக்குற்றஞ் சில்வாழ் நாட்சிற் றறிவுடைப் புலவர் சொன்னா லாருனை மதிக்க வல்லார் என்று குறையிரந்து நின்றான்.

இதுகேட்ட, 'யார்க்கும் பந்தமும் வீடும் வேதப் பனுவலும் பயனுமான சிவபெருமான் புலவராய்த் தோற்றம் கொண்டார்.

கண்டிகை மதாணி யாழி
கதிர்முடி வயிரம் வேய்ந்த
குண்டலங் குடிகொண் டாகத்
தழகெலாங் கொள்ளை கொள்ளத்
தண்டமிழ் முன்றும் வல்லோன்
றானெனக் குறியிட் டாங்கே
புண்டர நுதலிற் பூத்துப்
பொய்யிருள் கிழித்துத் தள்ள

-பரஞ்சோதி திருவிளையாடல்: 52 99.

'நூலாய்ந்தோர் வைகுந் திருந்தவைக் களத்தைச் சேர்ந்தார். அவை குறுகி 'யாரைநங் கவிக்குக் குற்றமியம் பினார்' என்றார். கீரன் அஞ்சாது நானே கிளத்தினேன் என்றார். பொருட் குற்றம் அக்கவிக்கு உண்டென்று நக்கீரனார். நவின்றார். கூந்தலுக்கு இயற்கை மணமில்லை என்று எடுத்துரைத்தார். இறைவனோ தேவ மகளிர் இந்திராணி முதலியோர் கூந்தலும்

அத்தன்மைத்துத் தானோ என்று கேட்டார். அவை செயற்கை மணமுடையனவே என்றார் கீரர். இறைவன் இறுதியில்,

பரவி நீ வழிபட் டேத்தும்
பரஞ்சுடர் திருக்கா ளத்தி
அரவு நீர்ச் சடையார் பாகத்
தமர்ந்தஞானப்பூங் கோதை
இரவினீர்ங் குழலு மற்றோ
வெனவஃது மற்றே யென்னா
வெருவிலான் சலமே முற்றச்
சாதித்தான் விளைவு நோக்கான்.
கற்றைவார் சடையா னெற்றிக்
கண்ணினைச் சிறிதே காட்டப்
பற்றுவா னின்னு மஞ்சா
னும்பரார் பதிபோ லாகம்
முற்றுநீர் கண்ணா னாலு
மொழிந்த நும் பாடல் குற்றங்
குற்றமே யென்றான் றன்பா
லாகிய குற்றந் தேரான்.

-பரஞ்சோதி திருவிளையாடல்: *52:105, 106*

இவ்வாறு, தாம் வணங்கும் உமையம்மையின் கூந்தலும் செயற்கை மணந்தான் உடையது என்று வாதாடிய கீரனார், இறைவன் நெற்றிக் கண்ணைச் சிறிது காட்டிய நேரத்திலும் 'முற்றுநீர் கண்ணா னாலுமொழிந்த நும் பாடல் குற்றங் குற்றமே யென்றான். 'தன்பாலாகிய குற்றந் தேராத காரணத்தால், தேய்ந்த நாள் மதியானின் நெற்றிக் கண்ணிலிருந்து வெளிப் போந்த செந்தீயின் வெம்மைக்கு ஆற்றாது பொற்றாமரைக் குளத்தில் மூழ்கி எழுந்தார் நக்கீரனார். பின்னர்த் தம் குற்றம் உணர்ந்த நக்கீரனார் இறைவன் இன்னருளை இறைஞ்சி வேண்டி இன்னுயிர் யாக்கை பெற்றார் என்று திருவிளையாடற் புராணம் கூறிச் செல்கிறது.

3. நக்கீரர் காட்டும் முருகன்

நூலின் அமைப்பு

திருமுருகு என்ற சொற்றொடர் திருமுருகப் பெருமானை உணர்த்தும். அழகு, இளமை, மணம் இப்பண்பு களுக்கெல்லாம் உறைவிடமாகத் திகழ்பவன் முருகன் ஆவன். ஆற்றுப் படை என்ற சொற்றொடர் வழிப்படுத்துவது அல்லது வழி காட்டுவது என்ற பொருளைப் பயக்கும். (ஆறு = வழி; படை=படுத்துவது). முருகப் பெருமான் திருக்கோயில் கொண்டு எழுந்தருளியிருக்கும் தலங்களுக்குச் சென்று, அப்பெருமானை வழிபட்டு அருள் பெற்றான் ஒருவன். அப்பெருமான் தன் அருள் வேண்டி நின்றான் ஒருவனுக்கு அவ்விடங்களைக் கூறி, அருள் முருகனின் பேரருட் பெருக்கினையும், திருமேனிப் பொலிவினையும் பொருந்தக் கூறி, ஆற்றுப்படுத்தி அனுப்புவதாக வழிகாட்டி அனுப்புவதாக, அமைந்த நூலே திருமுருகாற்றுப் படையாகும்.

இது தொல்காப்பியம் புறத்திணையியலுள், "தாவினல்லசை' என்னும் சூத்திரத்துள்,

கூத்தரும் பாணரும் பொருநரும் விறலியும்
ஆற்றிடைக் காட்சி யுறழத் தோன்றிப்
பெற்ற பெருவளம் பெறாஅர்க் கறிவுறீஇச்
சென்றுபய னெதிரச் சொன்ன பக்கமும்

-தொல்காப்பியம் : புறத்திணை இயல்: 35

என்ற பகுதி உளது. அதுவே ஆற்றுப்படையின் அடிப் படையாகின்றது. ஆனால் மற்ற ஆற்றுப் படைகள்

போலல்லாமல் திருமுருகாற்றுப்படை ஆற்றுப் படுக்கப் பட்டாராற் பெயர் பெறாமல், நூலின் பாட்டுடைத் தலைவனான தெய்வ மாம் முருகன் பெயரைச் சார்ந்து வழங்கப்படுகின்றது.

இதனை நச்சினார்க்கினியர் தம் உரையில் "கந்தழியைப் பெற்றானொருவன் அதனைப் பெறாதானொருவனுக்குப் பெறு மாறு கூறி அவனை வழிப்படுத்துக் கூறுவானென்பது பற்றிச் செய்யுள் செய்தாராயிற்று" என்று கூறியுள்ளார். மேலும் அவர், "கந்தழியாவது ஒரு பற்றுமற்று அருவாய்த் தானே நிற்கும் தத்துவங் கடந்த பொருள்" என்று கூறிப் பின்னும் கந்தழியை விளக்கப் புகுவான் எடுத்துக்கொண்டு அது,

சார்பினாற் றோன்றாது தானருவாயெப்பொருட்கும்,
சார்பெனநின் றெஞ்ஞான்று மின்பந் தகைத்தரோ
வாய்மொழியாள் மெய்யான் மனத்தா னறிவிறந்த தூய்மையதா
மைதீர் சுடர்

என்றும்,

உற்ற ஆக்கையின் உறுபொருள் நறுமலர் எழுதரு நாற்றம்
போல் பற்ற லாவதோர் நிலையிலாப் பரம்பொருள்

-திருவாசகம்: அதிசயப்பத்து,9

என்றும் கூறுகின்றார். இறுதியாக "முருகாற்றுப்படை யென்றதற்கு வீடுபெறுதற்குச் சமைந்தானோர் இரவலனை வீடு பெற்றானொருவன் முருகனிடத்தே ஆற் றுப்படுத்ததென்று பொருள் கூறுக" என்று கூறித் தம் உரையை முடிக்கின்றார் நச்சினார்க்கினியர்.

கைபுனைந்தியற்றாக் கவின்பெறு வனப்பு

உலகுக்கு உயிரூட்டி நிற்கும் இயற்கைச் சக்திகள் பல. உலகின் வாழும் உயிர்கள் மகிழ்ச்சியடையும்படி அவ் வுயிரினங்களுக்கு வலிவும் பொலிவுந் தந்து உலகெங்கும்

ஒளியூட்டி நிற்கின்றான் 'பலர்புகழ் ஞாயிறு'. இந்த ஞாயிற்றைப் பாடாத கவிஞர் இலர்; போற்றாத அறிஞர் பெரு மக்கள் இலர். நெஞ்சையள்ளும் சிலப்பதிகாரம் தந்த இளங்கோவடிகளும், காப்பியத்தின் முதற் காதையாம் மங்கல வாழ்த்துக் காதையில் 'ஞாயிறு போற்றுதும், ஞாயிறு போற்றுதும் காவிரி நாடன் திகிரிபோல் பொற் கோட்டு மேருவலந் திரிதலான்' என்று பாராட்டினார். தண்டியலங்கார மேற்கோள் செய்யுளொன்றும் புற விருளைப் போக்கும் ஞாயிற்றையும் அகவிருள் பரப்பப் பாடுபடும் தமிழையும்,

ஓங்க லிடைவந் துயர்தோர் தொழவிளங்கி
ஏங்கொலிநீர் ஞாலத் திருளகற்றும்-ஆங்கவற்றுள்
மின்னேர் தனியாழி வெங்கதிரொன் றேனையது
தன்னே ரிலாத தமிழ்

என்று ஒப்பப் போற்றுகின்றது.

மகாகவி பாரதியாரும் 'இளையபாரதத்தினாய்' என்ற பாடலில் 'உதய ஞாயிறொப்பவே வாவாவா!' என்று பாடி யுள்ளார்.எங்கிருந்தாலும் நெருஞ்சிமுள் சூரியனையே நோக்கியிருக்கும். இதனைத் தலைவி ஓர் உவமையாக எண்ணி,

எழுதரு மதியங் கடற்கண் டாஅங்
கொழுகுவெள் ளருவி யோங்குமலை நாடன்
ஞாயி றனையன் தோழி நெருஞ்சி யனையவென்
பெரும்பணைத் தோளே

- குறுந்தொகை: *315*

என்று பாடுகின்றாள்.

இவ்வாறு உலகுக்கு ஒளியும் உயிரும் ஊட்டும். கதிரவனை முதற்கண் புகழ்கின்றார் நக்கீரர். எங்கணும் விரிந்து ஒளியுமிழும் ஞாயிறு நீல நிறக் கடலின் மேல் கிளர்ந்தெழுதல் போன்று திருமுருகனும் அவிரும் ஒளியை உடையவனாய்

நீலமயில் மீது கோலங்கொண்ட மேனியனாய் தூரத்தே தோன்றி ஒளிர்கின்றான்.

உலகம் உவப்ப வலன்ஏர்பு திரிதரு
பலர்புகழ் ஞாயிறு கடற்கண்டா அங்கு
ஓவற விமைக்கும் சேண்விளங்கு அவிர்ஒளி.

- திருமுருகு: 1-3.

தன்னை அடைக்கலம் என்று அண்டி அருள் வேண்டி வந்த அடியார்களின் மனமாசுகளைப் போக்கி, என்றும் அழியாத வீட்டின்பத்தினை நல்கித் தாங்கும், அழகும் அருளும் வலிமையும் போன்ற திருவடிகளையுடையவன் முருகப் பெருமான். இவ்வாறு காத்தற்குரியாரைக் காக்கும் தொழிலைச் செய்பவன் அழித்தற்குரியாரை அழிக்கும் செயலையும் இடையறாது உலகம் உய்யும் பொருட்டுச் செய்து கொண்டுள்ளான். திருவருளுக்குப் பகைவர்களாகி அறமல்லாத தகாதன செய்யும் கொடியவர் தம் அறியாமை இருள் மண்டிக் கிடக்கும் ஆணவத்தை அழித்து, பெய்ய வேண்டிய காலத்தே பெய்து வளஞ் சுரக்கும் மழையே போலத் திருவருள் மழை பொழிந்து அவர்களை அவ் வழியினின்று நீக்கி நல்வழி சேர்த்துக் காப்பாற்றுகின்ற கருணை சான்ற பெரிய கைகளையுடையவன் அவன். குற்றமற்ற கற்பினைக் கொண்டு ஒளிரும் தெய்வ யானை அம்மையார்க்குக் கணவன் திருமுருகன்:

உறுநர்த் தாங்கிய மதனுடை நோன்றாள்
செறுநர்த் தேய்த்த செல்லுறழ் தடக்கை
மறுவில் கற்பின் வாணுதல் கணவன்.

-திருமுருகு: 4-6

பின்னர், புலவர் பெருமான் நக்கீரனார் இயற்கையின் இனிய திருக்கோலத்தை இனிமையுற எடுத்து மொழிகின்றார். கடல் நீரைக் குடித்து அதனால் கருக்கொண்ட பெரிய மேகம் மின்னல் ஒளி வீசிக் கண்ணைப் பறிக்கும் விண்ணிலே

நிரம்பிய மழைநீர்த் துளிகளை எங்கணும் பரப்பியது; அது கார்கால மழையை, முதல் மழையைப் பொழிந்தது. கார்கால மழையின் தலையளியால் காடு குளிர்ந்து அதனால் காட்டு மரங்கள் தழைத்துத் தளிர்த்துப் பூத்து மணம் பரப்பின. அக் காட்டின் இடையே இருள் மண்டிக் கிளை தழைத்துப் பரந்திருந்த பெரிய அடி மரத்தை யுடைய செங்கடப்ப மரம் தேருருளை போன்ற பூக்களைப் பூத்து நின்றது. அப் பூக்களாற் தொடுக்கப்பட்ட குளிர்ந்த மாலை அசையும் மார்பினையுடையவன் திரு முருகன் ஆவன்:

கார்கோள் முகந்த கமஞ்சூல் மாமழை வாள்போழ் விசும்பில் வள்ளுறை சிதறித் தலைப்பெயல் தலைஇய தண்ணறும் கானத்து- இருள்படப் பொதுளிய பாரரை மராஅத்து உருள்பூந் தண்தார் புரளும் மார்பினன்.

-திருமுருகு *: 7-1*

பெரிய வளவிய மூங்கில்கள் வானளாவி வளர்ந்திருக்கின்றன. மூங்கில்கள் உயர்ந்து வளர்ந்திருக்கும் மலையிடத்தே சிறு சதங்கை அணிந்த ஒளி நிழற்றும் அடியினை யும், திரண்ட காலினையும், வளைந்த இடையினையும், மூங்கிலைப் போன்ற தோள்களையும் உடையராய்ச் சூரர மகளிர் வாழ்கின்றனர். அவர்கள் இந்திர கோபம் பூச்சிகளைப் போன்று சாயம் ஏற்றமலே இயல்பாகவே செந்நிறம் வாய்ந்த அழகிய ஆடைகளை அணிந்துள்ளனர். பல பொறகாசுகளை வரிசையாகக் கோத்த ஏழு வடமான மேகலை என்னும் அணியினை அணிந்த இடையினை உடையராய் உள்ளனர். ஒருவர் கையால் ஒப்பனை செய்து தோற்றுவிக்கப் பெறாது இயல்பாகவே பெற்ற அழகினையும், நாவல் (சம்பூநதம்) என்ற நற் சொல்லாற் பெயர் பெற்ற பொன்னினாலே செய்யப்பெற்று விளங்குகின்ற அணிகலன்களையும் கட்குப் புலனாகும் எல்லையினையும் கடந்து சென்று ஒளிவீசும் குற்றமற்ற நிறத்தினராயும். உள்ளனர் சூரர மகளிர்:

*மால்வரை நிவந்த சேணுயர் வெற்பிற்
கிண்கிணி கவைஇய ஒண்செஞ் சீறடிக்
கணைக்கால் வாங்கிய நுசுப்பின் பணைத்தோள்
கோபத் தன்ன தோயாப் பூந்துகில்*

***பல்காசு நிரைத்த சில்கா ழல்குல்
கைபுனைந் தியற்றாக் கவின்பெறு வனப்பின்
நாவலொடு பெயரிய பொலம்புனை அவிரிழைச்
சேணிகந்து விளங்குஞ் செயிர்தீர் மேனி.***

-திருமுருகு : 12.19

பெருந்தண் கண்ணி மிலைந்த சென்னியன்

மகளிர்க்கு ஆடவரைக் காட்டிலும் அழகில் நாட்டமுண்டு. தங்களைப் புனைந்து கொள்வதில் வேட்கை மிகுதி, கருங்கூந்தல் நிறைய மணம் பரப்பும் மலர் சூடித் தங்களை ஒப்பனை செய்துகொள்வதில் மாறா விருப்பம் அவர்கட்கு உண்டு. எழிலும் மென்மையும் வனப்பும் வாய்ந்த வண்ண மலர்கள் தங்கள் கூந்தலை அழகு செய்யவேண்டும் என்ற அழகுணர்ச்சி அவர்கள்பால் இயற்கையாகவே உண்டு.

சூரரமகளிர் மூங்கில்கள் வானோங்கி வளரும் உயர்ந்த மலையில் ஒன்று கூடுகின்றனர். அவர்களின் 'கைபுனைக் தியற்றாக் கவின்பெறு வனப்பு'க் காண்போர் தம் கண்களுக்கு விருந்தாகிக் கருத்தைக் கொள்ளை கொள்ளுகின்றன. அவர்கள் தம்மில் ஒத்த தன்மையராய் ஒன்றுகூடி ஆடிப்பாடி மகிழ்கின்றனர். தங்களுக்குத் தாங்களே சிக்கெடுத்து விரித்து, கடை இணையொத்து இழுத்து அழுத்திப் பின்னிய கூந்தலை உடையராய்த் தோற்றமளிக்கின்றனர். செக்கச் சிவந்த காம்பினையுடைய வெட்சி மலரின் சிறிய பூக்களைத் தங்களின் கூந்தலின் இடை யிடையே விடுபூவாக இட்டுள்ளனர். மேலும் அவ்வெட்சி மலர்களின் இடையிலே பசிய தண்டினையுடைய குவளைப் பூவின் தூய்மையான இதழ்களைச் செறித்துள்ளனர். தெய்வத் தன்மை பொருந்திய சீதேவி என்னும் தலைக் கோலத்துடனே வலம்புரிச் சங்கின்

வடிவிற்றாகச் செய்யப் பெற்றதொரு தலைக் கோலத்தினையும் ஒரு சேரத் தொகுத் துத் தங்கள் தலையினை ஒப்பனை செய்துள்ளனர். பொட்டிடப் பெற்று நறுமணங் கமழும் அழகிய நெற்றியிலே சுறாமீன் வடிவில் செய்யப் பெற்றுள்ள நகையின் பிளந்த வாய் தாழ்ந்து படும்படி அமைத்து அழகு மேலும் விளக்கம் பெறச் செய்துள்ளார்கள். இத் தெய்வவுத்தி என்னும் தலைக்கோலத்திற்கு விளக்கமாகச் சிலப்பதிகார உரையாசிரியர் அடியார்க்கு நல்லார் சிலப்பதிகார உரையில் குறிப்பிடுவன வருமாறு: "சீதேவியார் என்னும் பணியுடனே வலம்புரிச் சங்கும், பூரப்பாளையும், தென் பல்லி வடபல்லியென்னும் இவையும் தம்மில் தொடர்ந்து ஒன்றான தலைக்கோலம்" என்பதாகும்.

நன்கு முற்றமுடித்த குற்றமற்ற கொண்டையிலே பெரிய குளிர்ந்த சண்பகப் பூவைச் செருகி உள்ளனர். செண்பகப் பூவின் மேலே கரிய புறவிதழினையும் அகத்தே துய்யினையும் உடைய பூக்களை மிகுதியாகக் கொண்ட மருதப் பூங்கொத்துகளை இட்டுள்ளனர். இவற்றிற்கும் மேலே கிளையிடத்து அழகுபெற வளர்கின்றனவும், சாய்ந்து நீரின் கீழிடத்து இருப்பனவும் ஆகிய செந்நிற அரும்புகளால் இணைத்து ஒப்பக் கட்டிய மாலையைக் கொண்டையிலே சூழச் சுற்றியுள்ளனர்.

துணைமையோர் ஆய்ந்த இணையிர் ஓதிச்
செங்கால் வெட்சிச் சீறிதழ் இடையிடுபு
பைந்தாட் குவளைத் தூவிதழ் கிள்ளித்
தெய்வ வுத்தியொடு வலம்புரி வயின்வைத்துத்
திலகந் தைஇய தேங்கமழ் திருநுதல்
மகரப் பகுவாய் தாழ மண்ணுறுத்துத்
துவர முடித்த துகளறு முச்சிப்
பெருந்தண் சண்பகம் செரீஇக் கருந்தகட்டு
உளைப்பூ மருதின் ஒள்ளிணர் அட்டிக்
கிளைக்கவின்று எழுதரு கீழ்நீர்ச் செவ்வரும்பு
இணைப்புறு பிணையல் வளைஇ.

-திருமுருகு 20-30

தளிரையும் மலரையும் காதிலே செருகிக் கொள்வது பண்டைய மரபு. தளிருக்குக் குழை என்ற பெயரும் உண்டு. தளிர்சூடிய வழக்கம் அற்றுப்போய் பொன்னணி வந்த இப்பொழுதும் காதணி 'குழை' என்றே வழங்கப் பெறுவது தளிரின் சிறப்புணர்த்தும். தளிர் மிக மென்மையானது, குழைவு மிகவுடைத்து. எனவேதான் 'தளிர்வு மிகவுடைய தழைந்த செயலைக் குழைந்தான்' என்று இப்பொழுதும் கூறுகின்றோம்.

சூரர மகளிர் சிவந்த அரோகந் தளிரினைத் தங்கள் காதுகளிலே செறித்துள்ளனர். நுண்ணிய வேலைப்பாடு அமைந்த அணிகலன்கள் அவர்கள் மார்பில் அழகுற அசைகின்றன. திட்பமும் வைரத்தன்மையும் நறுமண நாற்றமும் பொருந்திய சந்தனக் கட்டையை உரைத்து, அதனால் உண்டாகிய வண்ணமும் வனப்பும் உடைய சந்தனக் குழம்பை நன்மணம் கமழும் மருதப் பூங்கொத்தை வாரி அப்பினாற் போல, கோங்கினது குவிந்த அரும்பு போன்ற தம் இளமையான மார்பின் மேலே கொட்டியிருக்கிறார்கள். அந்தச் சந்தனத்தின் ஈரம் புலவர்தன் முன்னே விரிந்த வேங்கை மலரில் உள்ள நுண்ணிய மகரந்தப் பொடியை அதன்மேலே அப்பியதனோடு அமையாது, மேலும் அழகு செய்ய வேண்டி விளாமரத்தின் சிறிய கொழுந்துகளைக் கிள்ளி அதன் மேலே சிதறிக்கொண்டார்கள்.

இவ் வண்ணம் தங்களைப் பல்லாற்றானும் ஒப்பனை செய்து கொண்ட அவர்கள் "கோழியின் உருவத்தைத் தன்னிடத்தே கொண்டு உயர்ந்து, வஞ்சியாது எதிர்நின்று வென்று கொள்கின்ற வெற்றியையுடைய கொடி நீண்ட காலம் வாழ்வதாக" என்று மகிழ்ச்சியுடன் ஆரவாரித்து வாழ்த்தி, சீர்மை விளங்கும் மலையிடமெல்லாம் எதிரொலி செய்யுமாறு ஏற்றிப் போற்றிப் பாடி வண்ணச் சோலையில் விளையாடி மகிழ்கின்றனர்.

மரமேறுதல் தொழிலில் வல்ல மந்தியும் ஏறமுடியாத உயர்ச்சியினையுடைய மரங்கள் நெருங்கி நிறைந்த பக்க மலையில், வண்டுகளும் மொய்த்தலில்லாத தெய்வத் தன்மை வாய்ந்த நெருப்புப் போலும் பூவினையுடைய செங்காந்தள் மலரின் பெரிய குளிர்ந்த கண்ணியை விரும்பிச் சூடிய திருமுடியினை யுடையவன் திருமுருகன் ஆவன்.

இவ்வாறு இப்பகுதியில் சூரரமகளிர் தம் செயல்களும் விளையாட்டும் முருகன் விரும்பி அணியும் அடையாளப் பூமாலையாம் காந்தளங் கண்ணியும் சிறப்புற வருணிக்கப் பட்டுள்ளன.

............துணைத்தக
வண்காது நிறைந்த பிண்டி ஒண்தளிர்
நுண்பூண் ஆகம் திளைப்பத் திண்காழ்
நறுங்குறடு உரிஞ்சிய பூங்கேழ்த் தேய்வை
தேங்கமழ் மருதிணர் கடுப்பக் கோங்கின்
குவிமுகிழ் இளமுலைக் கொட்டி விரிமலர்
வேங்கை நுண்தாது அப்பிக் காண்வர
வெள்ளிற் குறுமுறி கிள்ளுபு தெறியாக்
கோழி ஓங்கிய வென்றடு விறற்கொடி.
வாழிய பெரிதென்று ஏத்திப் பலருடன்
சீர்திகழ் சிலம்பகம் சிலம்பப் பாடிச்
சூரர மகளிர் ஆடும் சோலை
மந்தியும் அறியா மரம்பயில் அடுக்கத்துச்
சுரும்பு மூசாச் சுடர்ப்பூங் காந்தட்
பெருந்தண் கண்ணி மிலைந்த சென்னியன்.

- திருமுருகு *: 30-44*

சேவடி படரும் செம்மல் உள்ளம்

'கல்தோன்றி மண்தோன்றாக் காலத்தே வாளோடு முன் தோன்றி மூத்தகுடி' என்று தமிழ்க்குடியின் பழமையினைப் பாராட்டிப் பேசுகிறது புறப்பொருள் வெண்பா மாலை. சூரியனிடமிருந்து தெறித்து விழுந்த ஓர் பிழம்புத் துண்டம்

பின்னர் மெல்ல மெல்ல இறுகிக் குளிர்ந்து மலை ஆயிற்று என்பர் நிலவியல் வல்லுநர். மண் தோன்றாக் காலத்திற்கு முன் தோன்றியது கடல் என்பர்.

எனவே மண்ணாகிய பூதத்தினும் நீராகிய உயிர்ப்பொருள் காலத்தால் முந்தியது என்பது தெளிவாகின்றது.

இவ்வாறு பாறை நிலம் முதிர்வு பெற்ற குளிர்ந்த கடல் தன்நிலை குலையும்படி உட்சென்று சூரபன்மனை ஒளிவிடுந் தன் சுடர் வேலாலே கொன்றவன் முருகன். இதனைப் பாயிரும் பனிக்கடல் பார்துகள் படப்புக்கு' என்று பரிபாடலும் 'பாயிரும் பனிக்கடல் உள்புக்குப் பண்டொருநாள் சூர்மா தடிந்த சுடரிலைய வெள்வேலே' என்று சிலப்பதிகாரமும் பேசுகின்றன.மேலும், 'வெண்டிரைப் பரப்பிற் கடுஞ்சூர் கொன்ற பைம்பூட் சேய்' என்று பெரும்பாணாற்றுப் படையும், 'சூர்மருங் கறுத்த சுடரிலை நெடுவேல்' என்று அகநானூறும் பிற்காலத்தே நாம் கந்த புராணத்தில் காணும் புராணச் செய்தியினைக் கிளத்திக் கூறியுள்ளன.

இனி நக்கிரர் பெருமான் பேய்மகள் துணங்கைக் கூத்து ஆடிய செய்தியினை இழிப்புச் சுவைதோன்ற வருணித்துச் செல்கின்றார். பேய்மகள் எண்ணெய் தேய்த்துக் கொள்ளாமல் காய்ந்துபோன மயிரினையும், ஒன்றுக்கொன்று வரிசையில் பொருந்தாத பிறழ்ந்த பற்களையும், சுழலுகின்ற கருவிழியினையுடைய பசிய கண்களையும், கண்டாரை அச்சத்தாற் கொல்லும் கொடிய பார்வையினையும் உடையளாயிருக்கின்றாள். அவளின் செவித்துளை வங்கு போன்றிருத்தலினால் கூகைகள் ஆண்டு வந்து தங்கி உறைகின்றன. கொடிய பாம்புகள் அவளின் காதணிகளாகத் தொங்கி அவள் தன் பெரிய கொங்கைகளைத் தாக்கி வருத்துகின்றன. அவள் வயிற்றிடம் சருச்சரையையுடை யகாயுள்ளது. அவளின் விரைந்த கொடிய கடை அச்சத் தைத் தோற்றுவிக்கின்றது. அவள் குருதி தோய்ந்த கூர்மையான நகத்தையுடைய கொடிய விரல்களால், போர்க்களத்திலே தான்

கண்களைத் தோண்டி விழுங்கிய புலால் நாற்றம் மிகுந்து வீசும் பெரிய தலையைத் தன்னுடைய ஒளி சுடர்விடும் வளையலை அணிந்துள்ள பெரியகையிலே தாங்கி, திருமுருகன் அடியார் துயர் அகல அவர்க்குப் பரிந்து பகைவர் மேற் சென்று, அவர்களைக் கொன்று குவித்த அடுகள வெற்றியைப் புகழ்ந்து பாடிக் கொண்டு தோள்களைப் பெயர்த்துப் புலாலை உண்ணும் வேட்கை மிகுந்து அங்காந்த வாயளாய்த் துணங்கை என்றும் கூத்தினை ஆடா நின்றாள். இவ்வாறு அஞ்சுவரு பேய்மகளின் அடுகளத் துணங்கைக் கூத்தை நக்கீரர் பெருமான் நவின்றுள்ளார்:

பார்முதிர் பனிக்கடல் கலங்கவுள் புக்குச்
சூர்முதல் தடிந்த சுடரிலை நெடுவேள்
உலறிய கதுப்பிற் பிறழ்பல் பேழ்வாய்ச்
சுழல்விழிப் பசுங்கட் சூர்த்த நோக்கிற்
கழல்கட் கூகையொடு கடும்பாம்பு தூங்க
பெருமுலை யலைக்குங் காதிற் பிணர்மோட்டு
உருகெழு செலவின் அஞ்சுவரு பேய்மகள்
குருதி யாடிய கூருகிர்க் கொடுவிரல்
கண்தொட்டு உண்ட கழிமுடைக் கருந்தலை
ஒண்டொடித் தடக்கையின் ஏந்தி வெருவர
வென்றடு விறற்களம் பாடித்தோள் பெயரா
நிணந்தின் வாயள் துணங்கை தூங்க
இருபேர் உருவின் ஒருபேர் யாக்கை
அறுவேறு வகையின் அஞ்சுவர மண்டி
அவுணர் நல்வல மடங்க

- திருமுருகு : 45-59

இந்தத் துணங்கைக் கூத்தினை மணிமேகலை ஆசிரியர் சீத்தலைச் சாத்தனார் பின்வருமாறு கூறியுள்ளார். ஒப்புமைப் பகுதி உற்று நோக்குதற்குரியது.

கருந்தலை வாங்கிக் கையகத் தேந்தி
இரும்பே ருவகையின் எழுந்தோர் பேய்மகள்

புயலோ குழலோ கயலோ கண்ணோ
குமிழோ மூக்கோ இதழோ கவிரோ

பல்லோ முத்தோ என்னா திரங்காது
கண்டொட் டுண்டு கவையடி பெயர்த்துத்
தண்டாக் களிப்பின் ஆடுங் கூத்து.

-மணி:6: 120--162

இதன் பின்னர், செவ்வேற் சேயாம் முருகனின் நல்ல வெற்றியினைப் புகழ்ந்து பேசுகின்றார் புலவர். மக்கள் வடிவுடனும் விலங்கு வடிவுடனும் ஆக இரண்டு பெரிய வடிவினையுடைய சூரபதுமனின் உடலம் வேறு வேறாக அற்று விழும்படி முருகன் தன்னுடைய கூரிய இலைக் தொழிலமைந்த நெடுவேலாலே பிளந்தான். அசுரனோ கீழ்நோக்கித் தொங்கும் பூங்கொத்துக்களையுடைய மாமரமாக மாறினான். அவன் நல்ல வெற்றி அடங்க மாவினை வேரோடு சாய்த்துப் பிளந்தான் முருகன். ஒரு கூறு சேவலாகவும், மறு கூறு மயிலாகவும் ஆயிற்று. இத்தகு வெற்றியினைப் புகழ்ந்து பாடிப் பேய்மகள் துணங்கைக் கூத்து ஆடுகின்றாள்.

நக்கீரர் பெருமான் திருமுருகனிடம் நம்மை ஆற்றுப் படுத்துகின்றார். "முருகப் பெருமானின் சிவந்த திருவடிகளைத் தேடிச்செல்லும் தலைமை சான்ற உள்ளத்துடனே நன்மையையே நாடிச் செல்லும் குறிக்கோளுடனே முருகன் விரும்பி எழுந்தருளியிருக்கும் இடத்திற்குச் செல்லுதலை நீ விரும்பினாயே யானால் முன்னர் எடுத்த பல பிறவிகளி லும் தேடிய நல்ல மனத்திலுள்ள விருப்பமானது இனிதே நிறைவேறும்படி நீ எண்ணிய செயலின் பயனை இப் பொழுதே பெறுவாய்" என்று சேவடி படரும் செம்மல் உள்ளம்' முன்னிய வினையினை இன்னே பெறுதலைக் கூறுகின்றார் நக்கீரர்.

................கவிழிணர்
மாமுதல் தடிந்த மறுவில் கொற்றத்து

எய்யா நல்லிசைச் செவ்வேற் சேஎய்
சேவடி படரும் செம்மல் உள்ளமொடு

நலம்புரி கொள்கைப் புலம்பிரிந்து உறையும்
செலவுநீ நயந்தனை யாயின் பலவுடன்
நன்னர் நெஞ்சத்து இன்னசை வாய்ப்ப
இன்னே பெறுதிநீ முன்னிய வினையே.

-திருமுருகு 59-66

எல்லாம் வல்ல இறைவன் 'அங்கிங் கெனாதபடி எங்கும் நிறைந்திருப்பவன்'. 'இவ் வண்ணத்தன், இவ் வடிவினன்' என்று எழுதிக்காட்ட இயலாதவன். அறிவு கொண்டு ஆராய்வார்க்கு ஆராய்ச்சிக்கு அப்பாற்பட்ட நிலையிலே இருப்பவன். அவனை ஆராய்ந்து கொண்டு இருக்கலாமே தவிர ஆராய்ந்து ஒரு முடிவு கட்ட முடியாது. சொல்லும் பொருளுமாய்த் துலங்குபவன் அவன். மறைகளுக்கும் எட்டாத நிறைநிலையிலே மாண்புடையார் நெஞ்சத்து அமர்ந்து விளங்குபவன் அவன். 'பாலிற் படுநெய் போல் மறைய நின்றுளன்'. 'பத்திவலையிற் படுபவன்'. இறைவன் எல்லாமாய் எங்குமாய் இன்மையாய் உண்மையாய் உருவமாய் அருவமாய் விளக்கமுறும் இறைவனின் பேரருட் பெருங்கருணைத் திறத்தினை என்னென்பது!

'சேவலங் கொடியோன் காப்ப ஏம வைகல்' எய்து கின்றது இவ்வுலகு. அவன் நிறம் செய்யன்; சிவந்த ஆடையன். 'குன்றி ஏய்க்கும் உடுக்கையினன்'. 'பவளத் தன்ன மேனியினன் ! அனைத்திற்கும் மேலாகத் தாமரை புரையும் காமர் சேவடியினன்'. எனவே அடியவர்கள் சேவடி படரும் செம்மல் உள்ளமொடு' முன்னிய வினை கைவரப்பெறு முருகன் திருவருளைக் கேட்கின்றனர்.

அடியவர்கள் முருகன் சேவடியினைத் தேடிச் செல்கின்றனர். இறைவன் திருவடி நிழல் வேண்டுமென்றே அடியவர் அனைவரும் விரும்புகின்றனர். சான்றாகத் தெய்வப் புலமைத் திருவள்ளுவ நாயனாரும் 'கடவுள் வாழ்த்து' அதிகாரத்தில்

பின்வரும் குறட்பாக்களில் இறைவன் அடியிணை மலரினையே குறிப்பிட்டுள்ளார்.

கற்றதனா லாய பயன்என்கொல் வாலறிவன் நற்றாள்
தொழாஅர் எனின்

மலர்மிசை யேகினான் மாணடி சேர்ந்தார்
நிலமிசை நீடுவாழ் வார்

வேண்டுதல் வேண்டாமை யிலானடி சேர்ந்தார்க்கு
யாண்டும் இடும்பை இல

தனக்குவமை இல்லாதான் தாள்சேர்ந்தார்க் கல்லால்
மானக்கவலை மாற்றல் அரிது

அறவாழி அந்தணன் தாள் சேர்ந்தார்க் கல்லால்
பிறவாழி நீந்தல் அரிது

கோளில் பொறியிற் குணமிலவே எண்குணத்தான்
தாளை வணங்காத் தலை

பிறவிப் பெருங்கடல் நீந்துவர் நீந்தார்
இறைவன் அடிசேரா தார்

இவ்வாறு பத்துக் குறட்பாக்களில் ஏழு குறட்பாக்கள் இறைவன் அடியினை அடைய வேண்டுவதன இன்றியமை யாமை குறித்துப் பேசுகின்றன. திருமுருகாற்றுப் படையின் இந்த வரிக்கு *(62)* நச்சினார்க்கினியர் உரையெழுதுகின்ற பொழுது, 'திருவடியிற் செல்லுவதற்குக் காரணமான நல்வினைகளைப் பல பிறப்புக்களிலும் விரும்பி நிகழ்த்தின கோட்பாட்டானே தலைமையினை யுடைத்தாகிய உள்ளத் தோடே' என்று எழுதி, மேலும் 'திருவடியே வீடாயிருக்கு மென்றார்; அது தென்னன் பெருந்துறையான், காட்டாதன வெல்லாங் காட்டிச் சிவங்காட்டித் தாட்டாமரை காட்டித் தன் கருணைத் தேன்காட்டி *(திருவா. திருவம்மானை,6)*

என்பதனாலும் பிறரும் திருவடியைக் கூறுமாற்றானுமுணர்க என்று எழுதிப் போந்தார்.

'என்கடன் பணிசெய்து கிடப்பதே' எனப் பெருந் தொண்டு வாழ்வு நடாத்திய சைவப் பெருந்தகையாம் திருநாவுக்கரசர் பெருமானும்,

'புண்ணியனே நின்னடிக்கே போதுகின்றேன்
பூம்புகலூர் மேவிய புண்ணியனே'

என்றும்,

'இறுமாந்திருப்பன் கொலோ
ஈசன் பல்கணத் தெண்ணப்பட்டுச்
சிறுமானேந்திதன் சேவடிக் கீழ்ச்சென்றங்கு
இறுமாந்திருப்பன் கொலோ'

என்றும் இறைவன் சேவடியினைப் பரவி வணங்குகின்றார்.

அடியிற் காட்டப்பெறும் இலக்கியப் பகுதிகள் 'சேவடி படரும் செம்மல்' உள்ளத்தினையே நமக்குத் தெளிவாக எடுத்துக் காட்டுகின்றன.

அறவியங் கிழவோன் அடியிணையாகிய
பிறவி யென்னும் பெருங்கடல் விடூஉம்
அறவி நாவாய் ஆங்குள தாதலின்

- மணிமேகலை *: 11, 23-25*

ஒய்வு இலாதன உவமனில் இறந்தன
ஒண்மலர்த்தாள்

- திருவாசகம் *: 43*

கற்றாங்கு அவன் கழல் பேணினர்

- திருவாசகம் *: 508*

நவைசெய் பிறவிக் கடலகத்துள்
பாதகமலந் தொழுவேங்கள்
பசையாப்பவிழப் பணியாயே

-சீவக சிந்தாமணி: 1242

அணைவுற வந்தெழும் அறிவு
தொடங்கின அடியார்பால்
இணையில் பவங்கிளர் கடல்கள்
இகந்திட இருதாளின்
புணையருள் அங்கணர்.

-பெரிய புராணம்: திருஞான : 83

செய்யுள் நிகழ் சொற்றெளிவும்
செவ்விய நூல் பலநோக்கும்
மெய்யுணர்வின் பயன் இதுவே
எனத்துணிந்து விளங்கி ஒளிர்
மையணியும் கண்டத்தார் மலரடிக்கே ஆளானார்.

-பெரிய புராணம் : பொய்யடிமை. 1

உள்ள நிறை கலைத்துறைகள்
ஒழிவின்றிப் பயின்றவற்றால்
தெள்ளிவடித தறிந்தபொருள்
சிவன் கழலிற் செறிலென்றே
கொள்ளும் உணர் வினின்
முன்னே கூற்றுதைத்த கழற்கன்பு
பள்ளமடை யாய் என்றும்
பயின்றுவரும் பண்புடையார்.

-பெரிய புராணம் : சிறுத்தொண்டர்:4.

பாதமலர் எழுபிறவிக் கடல்
நீந்தும் புணையென்பர் பற்றிலாதோர்.

-திருவிளையாடற் புராணம்: திருவாலவா 2

மேற்கூறிய எடுத்துக்காட்டுகளால் சேவடியின் சிறப்பு நலமே எடுத்து இனிது மொழியப்படுகின்றது. அச்சேவடியினை வணங்குவோர்க்குக் கிடைக்கும் நற்பேறுகளைக் கந்தபுராண ஆசிரியர் கச்சியப்ப சிவாச்சாரியர் பின்வருமாறு மகிழ்ந்து கூறுகின்றார்.

ஆதலின் நமது சத்தி யறுமுகன் அவனும் யாமும்
பேதக மன்றால் நம்போற்
பிரிவிலன் யாண்டும் நின்றான்

ஏதமில் குழவி போல்வான்
யாவையு முணர்ந்தான் சீரும்
போதமும் அழிவில் வீடும்
போற்றினர்க் கருள வல்லான்.

-கந்தபுராணம்: திருவிளை : 19

எனவே திருமுருகன் சேவடி படரும் செம்மல் உள்ள மொடு செலவு நயந்தால் முன்னிய வினையை இன்னே பெறலாம் என்கின்றார் நக்கீரர் பெருமாள்.

பொருநர்த் தேய்த்த போரரு வாயில்

திருமுருகன் கோயில்கொண்டு எழுந்தருளியிருக்கும் இடங்களை ஒவ்வொன்றாகக் கூறப்புகுந்த நக்கீரர் பெருமான் முதற்கண் திருப்பரங்குன்றத்தினைப் புகழ்ந்து கூறுகின்றார். ஏதேனும் ஓர் ஊருக்கு வழிகாட்ட வேண்டுமானால் அந்த ஊருக்கு அண்மையிலுள்ள பெரிய ஊரினைச் சுட்டிக்காட்டி, அதற்கு அருகில் இந்தத் திசையில் இவ்வளவு தூரத்தில் அவ்வூர் இருக்கிறது என்று கூறுதல் உலக வழக்காகும். அவ்வாறே நக்கீரர் பெருமானும் தமிழ்நிலை பெற்ற தாங்கரு மரபின், மகிழ்களை மறுகின் மதுரையின் பெருமையினை முதற்கண் பலபடப் பாராட்டிப் பேசுகின்றார்.

போரை விரும்பி - தம்மொடு பொருவதற்குப் பகைவரை விரும்பி - சேணிலத்தும் சென்றுயர்ந்து நிற்கும் நீண்ட கொடிக்கு அருகில் நூலால் வரிந்து கட்டப்பட்ட பந்தும் பாவையும் அறுப்பாரின்மையான் தொங்கிக்கொண்டிருந்தன. போர் தொடுக்கும் பகைவர் யாவரையும் இல்லை யென்று தேய்த்து அடியோடு அழித்து விட்டமையின், தலைவாயிலில் பகைவர் புகுவதும் போரிடுவதும் அற்று வறிதாகப் போய்விட்டது.

செருப்புகன்று எடுத்த சேண் உயர் நெடுங்கொடி
வரிப்புனை பந்தொடு பாவை தூங்கப்
பொருநர்த் தேய்த்த போர் அரு வாயில்.

-திருமுருகு: *67-69*

பண்டைக் காலத்தே மன்னர்கள் தம் வீரம் புலப்படும் வழியாகப் பகைவரைப் பெறுதற் பொருட்டுத் தம் அரண்மனையின் தலைவாயிலிலே கொடியினை உயர்த்தி, அதன் அருகே பந்தையும் பாவையையும் தொங்க விட்டிருப்பர். அப்பந்தும் பாவையும் தொங்கவிடுதலின் கருத்து 'எம்மை எதிர்நின்று போரிட்டு வெல்லும் ஆண்மையாளர் உளரோ? எம் பகைவர்கள் யாரேனும் இருப்பின் அவரை யாம் பெண்டிர் போலக் கருதுகின்றோம். அவ்வாறு ஆண்மையாளர் எவரேனும் இருப்பின் அவர்கள் இப் பந்தினையும் பாவையினையும் அறுக்கலாம் - அதனால் போரைத் தொடங்கலாம்' என்பதாகும்.

இதற்கு உரையாசிரியர் நச்சினார்க்கினியர் "பகைவரை மகளிராக்கி அவர் கொண்டு விளையாடுதற்குத் தூக்கின வென்றவாறு" என்று உரையெழுதுகின்றார். இந்தப் பழம்பெரும் வழக்கத்தினை,

பந்தும் பாவையும் பசுவரிப் புட்டிலும்
என்றிவை பலவுஞ் சென்றுசென் றறியும்
முந்தை மகளிரை யியற்றி

-தொல்: புறத்திணை இயல். சூ.12.ந.மேற்

என்றும்,

பந்தும் பாவையும் பசுவரிப் புட்டிலும்
பலவுஞ்சென் றெறிகிற்கும்
முந்தை மாதரை யியற்றுபு பின்றைமொய்ப்
பகழி வாயிலிற் றூக்கி

- தணிகை : சீபரி பூரண : 58

என்றும்,

பகைவரைப் பாவை மாரெனத் தெரிப்பப்
பந்தொடு பாவைக டூங்கித்
தகைசிறி தறியா வாயில்சா னாஞ்சிற்
றடப்பெரு நொச்சியும்

-திருநாகைக் - திருநகரம்: 90

என்றும் வரும் இலக்கியச் சான்றுகளால் தெளியலாம்.

இதுபோன்றே,

செம்பொறிச் சிலம்பொடு அணித்தழை தூங்கும்
எந்திரத் தகைப்பின் அம்புடை வாயில்
கோள்வல் முதலைய குண்டுகண் அகழி
வான் உற ஓங்கிய வளைந்துசெய் புரிசை

- பதிற்றுப்பத்து : 53 : 6-9.

என்ற பதிற்றுப்பத்து அடிகளுக்கு, 'சிலம்பும் தழையும் புரிசைக்கண் தங்கின வென்றது, ஈண்டுப் பொருவீரு ளீரேல் நும்காலிற் கழலினையும் அரையிற் போர்க்குரிய உடையினையும் ஒழித்து இச்சிலம்பினையும் தழையினையும் அணியினென் அவரைப் பெண்பாலாக இகழ்ந்தவாரென்க" என்று பதிற்றுப் பத்தின் பழைய உரைகாரர் எழுதிய

விசேடவுரை இங்கு ஒப்புநோக்கி உண்மை உணர்தற்குரியதாகும்.

குன்றமர்ந்து உறைதலும் உரியன்

மதுரை மாநகரம் வரலாற்றுப் புகழ் வாய்ந்தது. இரண்டாயிரம் ஆண்டுகளுக்கு மேலாக முச்சங்கம் வைத்து மொழி வளர்த்த பாண்டியர் பரம்பரையால் ஆளப்பெற்றது. பழைய தமிழ்ப் புலவர்கள் மதுரையைப் பற்றிக் குறிப்பிடும் பொழுதெல்லாம் அதனைத் தமிழோடு தொடர்புபடுத்தியே பேசுகின்றனர். புலத்தினும் போரிலும் வெல்ல முடியாத கூடல் என்று மதுரை சிறப்பித்துப் பேசப்படுகின்றது.

தண்தமிழ் வேவித் தமிழ் நாட்டகம் எல்லாம்
நின்று நிலைஇப் புகழ்பூத்தல் அல்லது
குன்றுதல் உண்டோ மதுரை

என்னும் பரிபாடலின் மிகைப் பாடலும்,

நிலனாவில் திரிதரூஉம் நீண்மாடக் கூடலார்
புலனாவிற் பிறந்தசொற்புதிதுண்ணும் பொழுதன்றோ
பலனாடு நெஞ்சினேம் பரிந்து நாம் விடுத்தக்கால்
சுடரிழாய் நமக்கவர் வருதும் என்று உரைத்ததை

பாலைக் கலி : 35: 17-20

எனவும்,

சீர்முற்றிப் புலவர்வாய்ச் சிறப்பெய்தி இருநிலம்
தார்முற்றி யதுபோலத் தகைபூத்த வையைதன்
நீர்முற்றி மதில்பொருஉம் பகையல்லால் நேராதார் போர்முற்று
ஒன்றறியாத புரிசைதும் புனலூரன்

-மருதக் கலி : 2:2-5

எனவும்,

பொதுமொழி பிறர்க்கின்றி முழுதாளும் செல்வர்க்கு
மதிமொழி இடல்மாலை வினைவர்போல் வல்லவர்
செதுமொழி சீத்த செவிசெறு வாக
முதுமொழி நீராப் புலனா வுழவர்
புதுமொழி கூட்டுண்ணும் புரிசைசூழ் புனலூர

-மருதக் கலி: 3 : 1-5

எனவும் வருகின்ற கலித்தொகைத் தொடர்களும் மதுரை தமிழோடு நெருங்கிய தொடர்புடையது என்பதை நுவலா நிற்கின்றன.

மேலும்,

இமிழ் குரல் முரசம் மூன்றுடன் ஆளும்
தமிழ்கெழு கூடல் தண்கோல் வேந்தே

-புறநானூறு:58:12-13

என்னும் புறப்பாடல் அடிகளும்,

தமிழ்நிலை பெற்ற தாங்கரு மரபின்
மகிழ்நனை மறுகின் மதுரை

-சிறுபாணாற்றுப்படை: 66-76

என்னும் சிறுபாணாற்றுப்படை அடிகளும்,

தென்தமிழ் நன்நாட்டுத் தீதுதீர் மதுரை

-சிலப்பதிகாரம் : 10:58

என்னும் சிலப்பதிகாரத் தொடரும்,

தென்தமிழ் மதுரைச் செழுங்கலைப் பாவாய்

- மணிமேகலை: 25: 139.

என்னும் மணிமேகலைத் தொடரும் மேற்கூறிய கருத்தினையே அரண் செய்கின்றன.

மதுரையில் வாழ்வோர் 'அறத்தான் வருவதே இன்பம்' என்று வாழ்வோர் ; வணிகரும் அறக்கூறுபாட்டின் திறத்திலேயே பொருளிட்டுகின்றனர். அங்காடிகள் அனைத்திலும் திரு வீற்றிருக்கின்றது. எங்கும் செல்வம் நிரம்பிய மாட மாளிகைகள் நிறைந்து தோன்றுகின்றன :

திருவீற் றிருந்த தீதுதீர் நியமத்து
மாடமலி மறுகிற் கூடல்.

-திருமுருகு: 70-71

அங்காடித் தெருக்களில் தீது தீர்ந்து கிடக்கின்றமையானது வாணிபத்தில் வஞ்சகச் செயல் ஏதும் நுழைந்து அதனைப் பாழ்படுத்தி விடாமையாகும். இதனை,

தமவும் பிறவும் ஒப்ப நாடிக்
கொள்வதூஉம் மிகைகொளாது கொடுப்பதூஉம்.
[குறைகொடாது
பல்பண்டம் பகர்ந்து வீசும்

-பட்டினப்பாலை: 209-211

என்னும் பட்டினப்பாலை அடிகளால் அறியலாம்.

அடுத்து, மதுரையைப் பற்றிப் பிறிதொரு தொடர்பும் இலக்கியத்தில் குறிக்கப் பெறுகின்றது. அது 'நான்மாடக் கூடல்' என்பதாகும்.

மாட மதுரையும் பீடார் உறந்தையும்
கலிகெழு வஞ்சியும் ஒலிபுனற் புகாரும்

என்று மதுரை 'மாட மதுரை' என வழங்கப்படுகின்றது. மேலும் கீழ்க்காணும் பல இலக்கிய மேற்கோள்கள் இக்கருத்தினை நன்கு வலியுறுத்தும்.

மாடம் பிறங்கிய மலிபுகழ்க் கூடல்

-மதுரைக்காஞ்சி : 249

மாடமலி மறுகிற் கூட லாங்கண்

-அகநானூறு : 346:20

மாட மறுகின் மருலி மறுகுறக்
கூடல் விழையுந் தகைத்து......
நான்மாடக் கூடனகர்

-பரிபாடல்:20:25-5

மதிமலி புரிசை மாடக் கூடற்பதி

-திருமுகப்பாசுரம்

கொடிமாடக் கூடல்

-சிலப்: குன்றக்குறனை : பாட்டுமடை: 24

இவ்வாறு புகழ்வாய்ந்த மதுரைக்கு மேற்றிசையில் திருப்பரங்குன்றம் அமைந்துள்ளது. அகநானூற்றிலும் இச் செய்தி பேசப்பெறுகின்றது:

கொடி நுடங்கு மறுகிற் கூடற் குடாஅது
பல்பொறி மஞ்ஞை வெல்கொடி யுயரிய
ஓடியா விழவின் நெடியோன் குன்றத்து
வண்டுபட நீடிய குண்டு சுனைநீலத்து.

-அகநானூறு : 149: 14-17

மலையின் அடிவாரத்தே வளம் பொருந்திய வயல்கள் உள்ளன. நீர்வளமும் நிலவளமும் செறிந்து அரியசேறு ஆழ்ந்து காணப்படுகின்றது. சேற்றிடையே முள்ளையுடைய தாமரை மலர்களில் வண்டுக் கூட்டங்கள் இரவு முழுவதும் இனிமையுடன் தங்கி நின்று, வைகறையில் மலர்ந்து காணும் நெய்தல் மலர்களில் தேனை உறிஞ்சிக் குடித்து அவற்றின் ரீங்காரம் இடையறாது கேட்டுக்கொண்டிருக்கும் குன்று திருமுருகன் விரும்பி உறையும் திருப்பரங் குன்றாகும்;

இருஞ்சேற்று அகல்வயல் விரிந்துவாய் அவிழ்ந்த
முள்தாள் தாமரைத் துஞ்சி வைகறைத்
கட்கமழ் நெய்தல் ஊதி எற்படக்
கண்போல் மலர்ந்த கரமரு சுனைமலர்
அஞ்சிறை வண்டின் அரிக்கணம் ஒலிக்கும்
குன்றமர்ந்து உறைதலும் உரியன்.

- திருமுருகு: 72-70

ஆறுமுகமும் பன்னிருகையும்

அஞ்சிறை வண்டுக் கூட்டங்கள் ஒலிக்கும் திருப்பரங் குன்றி லன்றியும் பல்வேறு இடங்களிலும் திருமுருகன் கோயில் கொண்டுள்ளான். கூரிய நுனியுடைய தோட்டி வெட்டி வெட்டி வெட்டுத் தழும்பு ஆழ்ந்திருக்கின்ற செம்புள்ளி கரும்புள்ளிகளையுடைய யானையின் நெற்றியில் பொன்னரி மாலை பட்டத்தோடு கிடந்து அசைகின்றது. யானையின் மேல் இரண்டு பக்கங்களிலும் தொங்கவிடப்பட்டிருக்கின்ற மணிகள் மாறி மாறி ஒலிக்கின்றன. வேகமான நடையினையும், இயமனைப் போல வலியினையும், காற்றுப் போல விரைந்த செலவினையும் உடைய யானையின் மேல் முருகப்பெருமான் வீற்றிருக்கின்றான்.

தாமம், முகுடம், பதுமம், கிம்புரி, கோடகம் என்ற ஐந்தாகிய வேறுபட்ட வடிவினையுடைய, முடிக்குச் செய்யும் தொழிலெல்லாம் செய்து முற்றுப் பெற்ற முடியோடு கூடி

விளங்கிய மின்னல் ஒளிக்கு இயைந்த மாணிக்கக் கற்கள் முடியில் தங்கி ஒளிவீச, பல வகைத் தொழிற் கூறுபாடுகள் அமைந்த பொன்னாலான மகரக் குழைகள் ஒளியுமிழும் சந்திரனைச் சூழ்ந்து விளங்கும் விண்மீன்கள் போல ஒளிவீசித் திகழா நிற்ப, குற்றமற்ற தவத்தொழிலில் தலைப்பட்டு அதனைச் செவ்வனே முடித்தோருடைய தூய உள்ளத்தே பொருந்தித் தோன்றும் ஒளியும் நிறமும் உடைய திருமுகங்கள் முருகனின் அறுமுகங்களாகும்.

'அன்பான் நினைவாரது உள்ளக் கமலத்தின்கண் அவர் நினைந்த வடிவோடு விரைந்து சேரலின்' என் "மலர்மிசை ஏகினான்" என்னும் குறட்பாவினுக்குப் பொருள் விரித்தார் பரிமேலழகர். நக்கீரனாரும் அன்பருடைய உள்ளத்தே அறுமுருகன் ஒளிப்பொருளாகவே தோன்றுவான் என்பதனை விளக்கவே 'மனன் நேர்பு எழுதரு வாள்நிற முகனே' என்றார். இதனையே சிவஞான சித்தியாரும்,

இறைஞானந் தந்து தாளிதல் சுடரிழந்த
துங்களிழிச் சோதியும் உட்சோதியும் பெற்றாற்போல்
சோதிக்குட் சோதியாய்த் தோன்றிடுவன் காணே

என்று குறிப்பிடுகின்றது.

இனி, ஆறுமுகங்களின் செயல்களை முறையே குறிப்பிடுகின்றார் நக்கீரர்,

பேரிருளாலே போர்த்து மறைக்கப்பட்ட உலகம் அவ்விருட் குற்றம் சிறிதளவும் இல்லாமல் விளங்கும் பொருட்டுப் பலவாகிய ஒளிக்கதிர்களையும் விரித்துத் தோற்றுவித்தது ஒரு முகம். பிறிதொரு முகம் அன்பு நிறைந்த அடியவர்கள் நாளும் தன்னைப் போற்ற,அவர்கள் அன்புள்ளத்திற்கு நெகிழ்ந்து, அவர்க்கு இனிமையாகப் பொருந்தி ஒழுகி, அவர்பால் வைத்த அன்புப் பெருக்காலே அவர்களுக்கு வேண்டும் வரங்களைக் கொடுத்தது. மற்றொரு முகம், மந்திரத்தை ஓதுதலோடு அமையாது மெய்ந்நூல் கூறிய முறைமையிற் பிறழாத அந்தணர்களுடைய வேள்விகள் அசுரர் தம் செயலால் தீங்கு

நேராதபடி நினைத்து நிறைவேற்றி வைக்கின்றது. நான்காவது திருமுகம் நூல் களாற் காட்டமுடியாது எஞ்சியுள்ள மறைப் பொருள்களைத் தம் அன்பர்கள் இன்பமும் காவலும் உறும்படி ஆராய்ந்துணர்த்தித் திங்கள் போலத் திசை விளக்குகின்றது. ஐந்தாவது திருமுகமோ வென்னில், தேவர் களுக்குப் பகைவர்களான அசுரர்களை அழித்து, தேவர் களிடத்திலும் அசுரர்களிடத்திலும் ஒத்துச் சென்று அருள்பாலிக்கும் தன் நடுவுநிலைமையைக் கைவிட்டு அசுரர்கள் பால் கறுவு கொள் நெஞ்சங் கொண்டு, அவர்களைக் கொன்று களவேள்வி செய்தது. ஆறாம் முகம் குறவர் குடியில் தோன்றிய இளமைத் தன்மையும் பூங்கொடி போன்ற இடையினையும் உடைய வள்ளியம்மையோடு கலந்து மகிழும் மகிழ்ச்சியையும் பொருந்திற்று.

இவ்வாறு, முருகப்பெருமாளின் ஆறு திருமுகங்களையும் அழகுற விரித்துரைத்த கவிஞர் பெருமான் நக்கீரர், பின்னர் அப்பெருமானின் பன்னிரு திருக்கைகளின் செயல்களை அத்திருமுகங்களின் செயல்களுக்கேற்பப் பொருத்திக் காட்டுகின்றார்.

பொன்னாலும் முத்தாலும் ஆன மாலைகள் தாங்கிய அழகும் திறனும் உடைய மார்பு உத்தம இலக்கணம் அமைந்தது; வலியும், ஒளியும், வளமும் நிறைந்தது. வேற் படையை எறிந்து பகைவருடலைப் பிளந்து மீண்டும் அதனை வாங்கிக் கொண்ட புகழ்பெற்ற தோள்கள் திருமுருகனின் தோள்களாகும். வீட்டுப் பேறு அடையும் தகுதி சான்ற துறவிகள் தடையின்றி அவ்வீட்டுலகத்தை அடையுமாறு அவர்கட்குப் பாதுகாவலாக ஏந்தியது ஒருகை. அதற்கிணையாகிய மற்றொரு கை இடையிலே வைக்கப் பட்டது. இவை முதலாம் இணைத் திருக்கைகளின் செயல்களாகும். இரண்டாம் இணைத் திருக்கைகள், சிவந்த நிறமுடைய ஆடையை உடுத்தா நின்ற துடையின் மேலே கிடப்பவும், தோட்டியைச் செலுத்தா நிற்பவுமாயுள்ளன. மூன்றாம் இணைத் திருக்கைகள் அழகிய பெரிய பரிசையும் வேற்படையையும் வலமாகச் சுழற்றி நிற்கின்றன. நான்காம்

இணைத் திருக்கைகள் முனிவர்களுக்கு எஞ்சிய பொருளை ஏமுற நாடி உணர்த்துவான் வேண்டி மார்போடே விளங்கியும் மார்பில் தொங்கும் மாலையோடு சேர்ந்து அழகுற்றும் பொலிகின்றன. ஐந்தாம் இணைத் திருக்கையில் ஒன்று தொடி நழுவும்படி மேலே சுழன்று களவேள்விக்கு முத்திரை அளிக்கிறது; பிறிதொன்றான அதன் இணைக்கை இன்னோசை தரும் மணியை ஒலிப்பிக்கிறது. ஆறாம் இணைத் திருக்கைகளின் ஒரு கை உலகியல் நடைபெற நீலநிற மேகத்தாலே மழையை மிகுதியாகப் பெய்வித்து நிற்கவும் அதற்கு இணையான கை இல்வாழ்க்கை இனிது தொடங்கத் தேவ மகளிர்க்கு மணமாலையைச் சூட்டுகின்றது.

இவ்வாறு பன்னிரு கைகளும் முறையே ஆறு திருமுகங்களுக்கும் ஏற்ற முறையில் பொருந்தும்படி தொழிலாற்றுகின்றன.

பல வாத்தியங்கள் முழங்க, கொம்பு வாத்தியம் மிக்கொலிப்ப, வெண்சங்கு முழங்க, இடி போன்ற முரசம் ஒலி செய்யா நிற்ப, வெல்கொடியிலிருந்து மயில் அகவ, சான்றோர்களாலே புகழப்பட்ட மிக்க சிறப்பினையுடைய நாமனூரலை வாய் என்னும் திருச்செந்தூரிற் சென்று கோயில்கொண்டு எழுந்தருளியிருத்தலும் அம்முருகப் பெருமானுக்கு நிலை பெற்ற பண்பாகும். இவ்வாறு நக்கீரர் திருச்சிரலைவாய் என்னும் திருப்பதியில் திருமுருகன், ஆறுமுகமும் பன்னிரு கையுமாகக் கோலங்கொண்டு கொலுவீற்றிருக்கும். தன்மையை அழகுறப் பாடுகின்றார்.

விசும்பா றாக விரைசெலல் முன்னி
உலகம் புகழ்ந்த ஓங்குயர் விழுச்சீர்
அலைவாய்ச் சேறலும் நிலைஇய பண்பே.

-திருமுருகு *123 - 125*

ஆவினன்குடி அசைதலும் உரியன்

உயர்ந்தோராற் புகழப்பட்ட மிக வுயர்ந்த விழுமிய பெருமையினைக் கொண்ட திருச்சீரலைவாய் எனும் திருச் செந்தூரிலே அறுமுகப் பெருமான் ஓராறு முகமும் ஈராறு கையுமாய் நிலைபெற்று வாழும் பண்பினையுடையவன்; திருச்சீரலைவாயினைச் சொன்ன பிறகு நக்கீரர் திருவாவினன் குடியினைக் கூறப் புகுகின்றார். முதற்கண், குற்றமற்ற முனிவர் தம் தவவொழுக்கத்தினை விளக்குகின்றார்.

மரவுரி தைத்த உடையினராய், அழகுடன் கூடிய வெண்சங்கு நிறத்தினை யொத்த நரை முடியினை உடையராய், குற்றமற விளங்கும் நிறத்தினராய், மான்தோல் பொருந்தின, விரதத்தால் உடல் வாடி இளைத்த எலும்பு தெரியும் மார்பினராய், மாறுபாட்டினையும் சினத்தினையும் மனத்தினின்று நீக்கியவராய், எவ்வகைப்பட்ட பொருள்களையும் கற்றுவல்லாரும் அறியப்படாத அறிவின் மிக்காராய், பல கலை ஞானங்களையும் கற்றுத் துறைபோகிய அறிஞர்க்கு எல்லையாம் தலைமையினை உடையராய், காமம் வெகுளி முதலியவற்றையெல்லாம் தவிர்த்த தோற்றத் தினையுடையராய், தவத்தால் ஏற்படும் மெய்வருத்தம் இருப்பவும், மனத்தால் புலப்படும் துன்பம் சிறிதள வேனும் அறியப்படாத இயல்பினையுடையராய், எவரிடமும் வெறுப்பில்லாத நல்லறிவினை யுடையராய் விளங்கும் துனியில் காட்சி முனிவர் முன்னே செல்கின்றனர். பின்னர்க் குறிப்பிடப்பெறும் தேவர்களினும் முருகப் பெருமானால் விரும்பப்படுவோர் முனிவரே யாதலின் முனிவர்கள் முற் கூறப்பெற்றனர்.

தவவொழுக்கத்திலே தலைசிறந்த முனிவர்தம் ஒழுக லாறுகளைப் புறப்பொருள் வெண்பாமாலை ஆசிரியர் ஐயனாரிதனார் வாகைப் படலத்தின் கீழ், பின்வருமாறு குறிக்கின்றார்.

நீர்பலகான் முழ்கி நிலத்தசை இத் தோலுடையாச்
சோர்சடை தாழச் சுடரோம்பி-ஊரடையார்
கானகத்த கொண்டு கடவுள் விருந்தோம்பல்
வானகத் துய்க்கும் வழி.

-புறப்பொருள் வெண்பா மாலை: வாகை: 14

முனிவர் தம் உடலைப் போற்றி வளர்க்க விரும்பார். தவவொழுக்கம் பேணுவதற்கு உடல் ஓர் கருவியாக நிற்கின்றது என்ற அளவிலே அவர்கள் அமைதி பெறுகின்றனர். அம்மட்டே அவர்கள் உடலை ஓம்புவது.

மற்றும் தொடர்ப்பாடு எவன் கொல் பிறப்புறுக்கல்
உற்றார்க்கு உடம்பும் மிகை

-திருக்குறள் : 345

என்னும் வள்ளுவப் பெருந்தகையின் வாய்மொழியும் இங்கே உன்னுதற்குரித்து.

முனிவர்க்கு அடுத்த நிலையில் யாழ் இயக்கும் கந்தருவர் மாண்பினை எடுத்து மொழிகின்றார் நக்கீரர்.

புகையைக் கையினாலே முகந்தாற் போல மென்மையா யிருக்கும் குற்றமற்ற நுண்ணிய ஆடையினையும், மொட்டு அற மலர்ந்த மாலை சூழ்ந்த மார்பினையும், தம் எஃகுச் செவிக்குப் பொருந்த வைத்த இசையை அளந்து பண்ணுறுத்திய நரம்புக் கருவியினையுடைய நல்ல யாழின் இசையிலே பயின்று நன்மை நிறைந்த நெஞ்சுடைமையாலே எக்காலத்திலும் இனிய மென்மொழியே பேசும் இயல்பினை யுடையோராயும் விளங்கும் யாழ் இசையில் வல்ல கந்தருவர் இனிய யாழ் நரம்பினை இயக்குகின்றனர்.

நோயில்லாமல் நன்கமைந்த உடம்பினையும், மாந்தளிர் போலும் நிறத்தினையுடைய திருமேனியினையும், விளங்குந் தோறும் பொன்னை உரைத்தாலொத்த அழகிய

தேமலினையும் இனிய முறுவலினையும் மேகலையணியப்பட்ட பணிந் தேந்தும் அல்குலினையும் உடையராய்க் குற்றமில்லாத கந்தருவ மகளிர் குற்றமின்றி விளங்கா நிற்கின்றனர்.

இனி மேலே "புள்ளணி நீள்கொடிச் செல்வனாம்" திருமாலை வருணிக்கப் புகுகின்றார் புலவர். நஞ்சோடும். வெண்பல்லோடும் தீக்கால்வது போன்ற நெட்டுயிர்ப் போடும், கண்டார்க்கு அச்சத்தைத் தோற்றுவிக்கும்.

கொடிய வலியோடும் விளங்கும் பாம்புகள் மாளும்படி அடிக்கும் பல வரிகளையும் வளைந்த சிறகுகளையும் உடைய கருடனைத் தம் நெடிய கொடியாகக் கொண்ட திருமால், முருகக் கடவுளைக் காண வருகின்றார்.

புள்ளணி நீள்கொடிப் புணர்நிலை தோன்றும்

- சிலப்பதிகாரம்: 11: 136

என்ற சிலப்பதிகார அடியும்.

மண்ணுறு திருமணி புரையும் மேனி
விண்ணுயர் புட்கொடி விறல்வெய் யோனும்

-புறநானூறு : 56 : 5-6

என்ற புறப்பாடல் அடிகளும் இங்கே ஒப்பு நோக்கி மகிழ்தற்குரியன.

வெள்ளிய ஆனேற்றை வெற்றிக் கொடியாக உயர்த்தியவனும் பலராலும் புகழப்படும் திண்தோளினையுடையவனும், உமையம்மையை ஒரு பாகத்தே கொண்டு விளங்கும் திருமேனியினையுடையவனும், இமைத்தலில்லாத முக்கண்களையுடையவனும், முப்புரங்களை எரித்தவனும், மாறுபாடு மிக்கவனும் ஆகிய சிவன் ஆங்கே எழுந்தருளு கின்றான்.

அடுத்து, ஆயிரங் கண்களையும், நூறு வேள்விகளை இயற்றிப் பெற்ற பெரிய வெற்றியினையும், நான்கு ஏந்திய கொம்புகளையும் நெடிய கையினையும் உடைய புகழ்பெற்ற யானையின் பிடரியிலே ஏறிய செல்வ வளம் மிக்க இந்திரனும் ஆகிய பிரமன் ஒழிந்த பிற கடவுளர் எல்லாம் தத்தம் தொழிலைப் பண்டுபோற் செய்து தலைவராகக் கருதியும், திருமாலின் திருவுந்திக் கமலத்தில் பிறந்தவனும் அளவில்லாத ஊழியை உடையனும் நான்கு திருமுகங்களை உடைய வனும் ஆகிய அயனாம் பிரமனை விடுவிக்கக் கருதியும் திருவாவினன்குடிக்கு முருகப் பெருமானைத் தரிசிக்க எழுந்தருளுகின்றனர்.

நான்முகனாம் பிரமனை முருகப் பெருமான் சிறையிட்ட செய்தியினைக் கந்தர் கலிவெண்பா பின்வருமாறு நுவலும்:

..படைப்போன்
அகந்தை யுரைப்பமறை யாதி யெழுத்தென்று
உகந்த பிரணவத்தி னுண்மை-புகன்றிலையால்

சிட்டித் தொழிலதனைச் செய்வ தெங்ஙனென்றுமுனம் குட்டிச்
சிறையிருத்தும் கோமானே.

-கந்தர் கலி வெண்பா: *90-92*

ஆதவனைப் போலத் தோன்றுகின்ற வெறுப்பற்ற அறிவினை யுடையவராம் நான்கு வேறுபட்ட இயல்பினையுடைய பன்னிரு ஆதித்தியரும், பதினொரு உருத்திரரும், அட்டவசுக்களும் அயசூரி (மருத்துவர்) களாகிய இருவரும் ஆகிய முப்பத்து மூவருடனே பதினெட்டு வகையினாலும் உயர்ந்த நிலையைப் பெற்றவர்களும் ஆகிய பதினெண் கணங்களும், விண்மீன் போல் பொலிவு பெற்றாலொத்த தோற்றத்தினையுடையராய், காற்றுப் போன்று விரைந்த செலவினையுடையராய், காற்றிடைத் தீத்தோன்றினாற் போன்ற வலியினையுடையராய், இடி இடித்தாற் போன்ற குரலினை யுடையராய், தம் இடும்பையாகிய குறையை முருகப் பெருமான்பாற் கூறிக் குறையிரந்து தத்தம்

தலைமையினைப் பெறும் முறைமையினை முற்ற முடித்துக் கோடற்கு வானத்தின் வழியே வந்து முருகப் பெருமானைக் காண ஒருங்கே நிற்கின்றனர்.

குற்றமற்ற கொள்கையினையுடைய அறக்கற்பினையுடைய தெய்வயானையாருடனே சிலநாள் திருவாவினன்குடி என்னும் ஊரிலே எழுந்தருளியிருத்தலும் உரியன் முருகன் என்று கூறி முடிக்கின்றார் நக்கீரர்:

தாவில் கொள்கை மடந்தையொடு சின்னாள்
ஆவினன்குடி அசைதலும் உரியன்.

- திருமுருகு: 175-176

பண்டைக் காலத்தே இத்திருவாவினன்குடி எனப்படும் இக்காலப் பழனிமலை பொதினி என்னும் பெயருடைத் தாய் ஆவி என்னும் வேளிர்குலத் தலைவனுக்குரியதா யிருந்தது என்பதைச் சங்க இலக்கியங் கொண்டு தெளியலாம். நச்சினார்க்கினியர் உரையால் இப்பழம்பதி 'சித்தன் வாழ்வு' எனவும் வழங்கப்பட்டதாகத் தெரிகிறது.

நல்லம்பர் நல்ல குடியுடைத்துச் சித்தன்வாழ்
வில்லந் தொறுமூன் றெரியுடைத்து- நல்லரவப்
பாட்டுடைத்துச் சோமன் வழிவந்த பாண்டியநின்
நாட்டுடைத்து நல்ல தமிழ்

என்னும் ஔவையார் கூற்றால் இவ்வுண்மை புலப்படுகின்றது.

நச்சினார்க்கினியர் காலத்திற்குப் பின்னரே திருவாவினன்குடி பழனி என் வழங்கப்பெற்றிருக்க வேண்டும் என்பதனை இது தெளிவிக்கின்றது.

முத்தீச் செல்வத்து இருபிறப்பாளர்

குற்றமற்ற அறக் கற்பினையுடைய தெய்வயானையோடு ஆவினன் குடியில் வீற்றிருக்கும் அருட்டிரு முருகனைக்

கண்டோம். ஈண்டு திருவேரகத்தில் கொலு வீற்றிருக்கும் கந்தவேளைக் காண்போம். அறன் நவில் கொள்கை அந்தணர் திருவேரகத்தில் தத்தம் கடமையினைச் செய்யும் கோட்பாட்டினை நக்கீரர் பெருமான் கவினுறக் கிளத்துகின்றார். 'அறுவகைப் பட்ட பார்ப்பனப் பாக்கமும்' என்ற தொல்காப்பியத் தொடர் வேள்வி இயற்றும் அந்தணர் தம்மைச் சுட்டிக் காட்டுகின்றது. ஓதல், ஓதுவித்தல், வேட்டல், வேட்பித்தல், ஈதல், ஏற்றல் என்னும் ஆறாகிய நன்மை பொருந்திய இலக்கணத்தில் வழுவாமற் கடனாற்றி, தாயும் தந்தையும் என்னும் இருவர் குவமும் உலகத்தார் நன்றென்று மதித்துப் பாராட்ட, பல்வகை மாட்சியும் நிறைந்த பழைய குடியிலே பிறந்த அந்தணர்களை முதற்கண் நக்கீரர் குறிப்பிடுகின்றார்.

ஓதல் வேட்டல் அவைபிறர்ச் செய்தல்
ஈதல் ஏற்றலென்று ஆறுபுரிந்து ஒழுகும்
அறம்புரி அந்தணர்

-பதிற்றுப்பத்து: *24: 6-8*

என்று பதிற்றுப்பத்து, அந்தணர்தம் கடப்பாட்டினை நுவலுகின்றது. நாற்பத்தெட்டு ஆண்டுகள் நல்ல பிரமசரிய விரதம் காத்தவர்கள்; இளமை இன்பத்தைத் துய்க்காமல் பிரமசரிய நோன்பு இயற்றிய பேராண்மையாளராய், அறங்கூறும் கோட்பாடுடையவராய் முத்தீ வேட்கின்றனர். புறநானூற்றின் இரண்டாவது பாடலிலேயே அந்தண அருங்கடன் இறுக்கும் முத்தீ பேசப்படுகின்றது. 'ஒன்று புரிந்து அடங்கிய 'இருபிறப்பாளர் முத்தி' என்று மேலும் புறப்பாடல் கூறுகின்றது. சிலப்பதிகார ஆசிரியர் இளங்கோவடிகள் அந்தணர்தம் செயல்களைப் பின்வருமாறு கூறுகின்றார் :

ஒன்றுபுரி கொள்கை யிருபிறப் பாளர்
முத்தீச் செல்வத்து நான்மறை முற்றி
ஐம்பெரு வேள்வியுஞ் செய்தொழில் ஓம்பும்
அறுதொழில் அந்தணர்.

- சிலப்பதிகாரம்: 23:67-70.

பிரமசரிய விரதம் காப்பது மிகவும் அரிது. 'சிந்தையை அடக்கிச் சும்மாயிருக்கும் நிலை' அரிது என்பர். மனம் எனும் மாயக் குரங்கினை அடக்குவது அரிது என்பர் தத்துவ ஞானிகள். இன்பம் முற்றிலும் நுகரவேண்டிய துய்க்க வேண்டிய இளமைப் பருவத்திலே மனத்தை அடக்கிப் பிரமசரிய விரதம் காப்பதென்பது அரிதினும் அரிய செயலாகும். இதனை உள்ளத்தில் கொண்டே இளங்கோவடிகளும்,

மடங்கெழு நோக்கின் மதமுகந் திறப்புண்டு
இடங்கழி நெஞ்சத்து இளமை யானை
கல்விப் பாகன் கையகப் படா அது
ஒல்கா உள்ளத்து ஓடும்

-சிலப்பதிகாரம்: 23: 36-39

என்று கூறியுள்ளார்.

முத்தி எனப்படுவது ஆகவனீயம், தக்கிணாக்கினியம், காருக பத்தியம் முதலியனவாகும். நாற்சதுரமும் முச்சதுரம் வில்வடிவுமாகிய மூன்று தீயால் உண்டாகிய செல்வத்தினை யுடையராய் உபநயனத்துக்கு முன் ஒரு பிறப்பும், பின்பு ஒரு பிறப்புமாக இருபிறப்பினையுமுடைய அந்தணர் என்று நக்கீரர் குறிப்பிடுகின்றார். மூன்றான தீக்களில் ஒன்று வேதத்தை வழங்கவும், ஒன்று தேவர்கட்குத் தட்சிணை கொடுக்கவும், ஒன்று பூலோகத்தை ரட்சை பண்ணவும் என்ற விளக்கம் உரையாசிரியர்களால் கிடைக்கப் பெறுகின்றது.

இந்த அந்தணர்கள் வழிபடுங் காலமறிந்து வாழ்த்துக்கூறி இறைவனை வந்திக்கின்றனர்.

பொழு தறிந்து நுவல" என்பதற்கு, "உதயகாலத்தும் மத்தியான்ன காலத்தும் அத்தமன காலத்தும் தாபனம், அநுட்டானம் பூசையாகிய மூன்று தொழிலையும் முயன்று

செய்ய" என்ற உரை வகுப்பர் சிலர். அந்தணர்கள் பூணூலினையும் புலராத ஆடையையும் அணிந்து கொண்டு தலைமேலே குவித்த கையினராய் முருகனைப் பரவிப் புகழ்ந்து ஆறெழுத்தினை அடக்கிய கேட்டற்கரிய மந்திரத்தை நாப்புடை பெயரும் அளவிலே ஓதுகின்றனர். இவர்களை

புன்மயிர்ச் சடைமுடிப் புலரா வுடுக்கை
முந்நூன் மார்பின் முத்தீச் செல்வத்து
இருபிறப் பாளர்

-சிலப்பதிகாரம்: 25: 126-128

என்று இளங்கோவடிகள் குறிப்பிடுகின்றார்.

'சரவணபவ' என்னும் மறைமொழியினை - 'நமோ குமாராய' என்னும் மறைமொழியிளைப் பிறர் செவியிற் படாதவாறு நாப்புடை பெயருமளவானே ஓதி, மணம் மிக்க மலர்களைத் தூவி வாழ்த்துக்கூறி நிற்கின்றனர். இவ் அந்தணர் செயல்களுக்குப் பெரிதும் மகிழ்ந்து திருமுருகன் திருவேரகம் என்னும் ஊரிலே இருத்தலும் உரியன் என்று கூறி முடிக்கின்றார் நக்கீரர்.

திருவேரகம் என்பதற்கு உரையாசிரியர் நச்சினார்க் கினியர் 'மலை நாட்டகத்தொரு திருப்பதி' என்று உரை யெழுதியுள்ளார். சிலப்பதிகார அரும்பதவுரையாசிரியர், 'குன்றக்குரவை'யில் வரும் 'வெண்குன்றம்' என்பதனுக்குச் சுவாமிமலை என்று உரை கண்டுளதால் 'ஏரகம்' என்பது மற்றொரு திருப்பதி என்று அவர் கருதினாராதல் வேண்டும். ஆனால் திருப்புகழ் தந்த 'வாக்கிற்கு அருணகிரியார் சோழ நாட்டிலுள்ள சுவாமிமலை' என்னும் தலமே ஏரகம் என்று கொண்டுள்ளார்.

காவிரி யாற்றுக்கு ளேவரு வளமைச்
சோழதன் னாட்டுக்கு ளேரக நகரிற்
சீர்தரு மோட்சத்தை யேதரு குமரப்பெருமாளே

என்றும்,

யாவுமலை கொண்டுகைத்த காவிரி புறம்பு
சுற்று மேரகம் அமர்ந்த பச்சை மயில்வீரா

என்றும் அருணகிரியார் பாடியிருக்கும் திருப்புகழ்ப் பாக்கள் ஏரகம் என்னும் திருத்தலம் சுவாமிமலை என்னும் தலமே என்பதனை வலியுறுத்தும். சைவத்தைக் கற்றுத் துறைபோகிய இக்கால அறிஞர் சிலரும் இக் கருத்தையே ஒப்புகின்றனர்.

ஆறெழுத் தடக்கிய அருமறைக் கேள்வி
நாவியன் மருங்கின் நவிலப் பாடி
விரையுறு நறுமலர் ஏந்திப் பெரிதுவந்து
ஏரகத்து உறைதலும் உரியன்

-திருமுருகு: *186-189*

என்று கூறி முடிக்கின்றார் நக்கீரர்.

குன்றுதொ றாடலு நின்றதன் பண்பே

ஏரகத்துறையும் சீரியனாம் முருகன் தன் சீர்த்தியினைச் சிறக்கக் கண்டோம். இனிக் 'குன்று தொறும் ஆடிவரும் 'குமர வடிவேலனைக்' காண்போம். குன்று தொறும் குமரன் உறைகின்றான் என்பது பழந்தமிழர் கொண்ட நம்பிக்கை. இது குறித்தே தொல்காப்பியனார் 'சேயோன் மேய மைவரை உலகமும்' என்றார். குறிஞ்சி நிலக் கோமானாகக் குமரனைக் கோலங்கண்ட நாடு இது. குன்றுகளில் எல்லாம் அவன் அருட்டிருப்பா தங்கள் பதிகின்றன என்பது பெரியோர் முடிபு. பதினெட்டாம் நூற்றாண் டின் மிகப் பெரும் புலவரும் கற்பனைக்களஞ்சியம் என்று போற்றப்படுபவரும் ஆகிய துறைமங்கலம் சிவப்பிரகாச சுவாமிகளின் இளவல் கருணைப் பிரகாச சுவாமிகள் அருமையானதொரு கருத்தினைத் தம் சீகாளத்திப் புராணத்தில் வெளியீடுகின்றார். 'கல்' என்பதற்கு 'மலை' என்ற பொருள் தமிழில் உள்ளதனை நாம் அறிவோம். இதனை வைத்துக் கொண்டு ஓர் விழுமிய நயந்தோன்றும்

வியத்தகு கருத்தினை வெளியிடுகின்றார் அவர். "முருகப் பெருமான் என் மனத்தை விட்டு நீங்காமல் எஞ்ஞான்றும் நீக்கமற நிறைந்திருக்கும் காரணத்தை யான் கண்டு கொண்டேன். அது என்ன வெனில், முருகன் தன்மனமுவந்து வாழும் கற்களில் (மலைகளில்) என் நெஞ்சும் ஒரு கல்லே என்று மயங்கித் துணிந்து என் நெஞ்சக் கன கல்லில் கொலு வீற்றிருக்கின்றான் போலும்!" என்று பாடிப் பரவசப்படுகின்றார். இதோ அவ் அழகிய திருப்பாடல்:

வளர்செழுங் குருதிச் சூட்டு வாரணம் வலனுயர்த்த
ஒளிகெழு பரிதி வைவேல் ஒருபெருங் கருணை மூர்த்தி
களிகெழு சிறந்து தான்வாழ் கற்களில் ஒருகல் என்றோ
அளியஎன் மனத்தி லுள்ளும் அகன்றிலன் இருக்கும்
[மன்னோ!

இச் சீரிய கருத்தினையே தமிழ்ப் பெரியார் திரு.வி. கலியாண சுந்தரனார் அவர்களும் "முருகன் அல்லது அழகு" என்னும் தம் அரிய நூலில் விளக்கமுறப் புலப்படுத்திக் காட்டியுள்ளார். எங்கெங்கெல்லாம் அழகு கொலு வீற்றிருக்கின்றதோ - களிநடம் புரிகின்றதோ, அங்கங்கெல்லாம் அழகுக் கடவுளாம் அணி முருகன் நெஞ்சமர்ந்து உறைகின்றான். கண்ணைக் கொள்ளை கொள்ளும் கவிஞார் அழகு துலங்கும் இடம் மலையிடங்களே. தமிழ் நாட்டின் மலைகளி லெல்லாம் குன்றுகளிலெல்லாம் கொலு வீற்றிருக்கின்றான் வேலாயுதம் தரித்த கோலாகலனாம் குன்றெறிந்த குமரப் பெருமான்.

இனி நக்கீரர் பெருமாள் கண்ட ஞாலப் புகழ் வெல்லும் கோலக் குமரனின் சீலத் திருமுகப் பொலிவு காண்போம். கந்தவேள் கோட்டத்தின் பூசாரியான படிமத்தான் வேலன், பச்சிலைக் கொடியாலே, நறு நாற்றத்தையுடைய காயாம் சாதிக்காயுடன், அழிகினையுடைய தக்கோலமென்னும் காயுடனே கலந்து, காட்டு மல்லியுடன் வெண்டாளியையும் சேர்த்துக் கட்டின கண்ணியை யுடையவனாகக் கோலம் புனைந்துள்ளான். வாசனை வீசும் நல்ல செஞ்சாந்தினை மார்பு முழுவதும் பூசியுள்ளான். அடுத்து மலைவாழும் குறவரோ

வெனில் கொடிய தொழிலையுடைய வன்மை பொருந்திய வில்லால் குறிஇலக்குத் தப்பாமற் கொல்லும் அரிய திறல் பெற்றுள்ளனர். நீண்ட மூங்கிலிலே யிருந்து நன்கு முற்றின தேனாற் செய்த கள் தெளிவினைத் தாம் மட்டும் உண்ணாராய், மலையிடத்துச் சிறிய ஊரிலே வசிக் கும் சுற்றத்தவருடன் கூடி உண்டு மகிழ்கின்றார்கள். பின்னர் அம்மகிழ்ச்சிக் களிப்பில் அக்குறிஞ்சி நிலத்திற்குரிய தொண்டகமாகிய சிறுபறையினது தாளத்திற்கு ஒப்பக் குரவையாடி மகிழ்கின்றார்கள்.

இவ்வாறு கள்ளுண்டு களித்துக் குறவர் குரவைக் கூத்து நிகழ்த்தும் செய்தியினைப் பிற சங்க நூல்களும் நுவலா நிற்கின்றன. மலைபடு கடாத்துள்,

அருங்குறும்பு எறிந்த கானவர் உவகை
திருந்துவேல் அண்ணற்கு விருந்திறை சான்மென
நறவுநாட் செய்த குறவர்தம் பெண்டிரொடு
மான்றோற் சிறுபறை கறங்கக் கல்லென
வான்றோய் மீமிசை அயருங் குரவை

-மலைபடுகடாம் : 318-322.

என்று இக்குறவர்தம் குரவைக் கூத்துப் பேசப்படுகின்றது.

குறியிறைக் குரம்பைக் குறவர் மாக்கள்
வாங்கமைப் பழுகிய தேறன் மகிழ்ந்து
வேங்கை முன்றிற் குரவை யயரும்

-புறநானூறு: 129 : 1-3

என்று இதனையே புறநானூறு குறிப்பிடுகின்றது.

பின்னர்ப் பெண்கள் புனைந்துள்ள கோலத்தினைக் குறிப்பிடுகின்றார் நக்கீரர். தாமே மலராமல் விரல் அலைப்பாலே செயற்கையான முறையில் அலர்விக்கப்பெற்ற பூவாகலின் வேறுபடுகின்ற நறிய மணம் நிறைந்த வண்டுகள் மொய்க்கும் தலையிற் சூடும் குவளை மாலையினையும்,

இதழ் பறித்துக் காட்டின மாலையினையும், சேர்த்த கூந்தலினையும்,இலையைத் தலையிலே சூடிய கஞ்சங் குல்லையினையும்,இலையையுடைய நறிய பூங்கொத்துக்களையும் செவ்விய அடிமரத்தினைக் கொண்ட மராமரத்தின் வெள்ளிய கொத்துக்களின் நடுவே வைத்து, வண்டுகள் வந்து தங்கி ரீங்காரமிட்டுத் தேனையுண்ணும்படி கொடுக்கப் பெற்ற பெரிய குளிர்ந்த அழகு நிறைந்த தழையினையும் வடங்களையும் அணிந்து கொண்டே, இளமையும் சாயலும் ஒழுக்கமும் சான்ற மயில் போன்ற மகளிர் முருகப் பெருமானை முன்னுறச் சென்று வணங்குகின்றனர்.

சிவந்த நிறமுடைய முருகன் சிவந்த ஆடையை அணிந்தவனாய்ச் சிவந்த அரையினையுடைய அசோகந் தளிரில் அசையுங் காது பொருந்தி, கச்சை கட்டிக் கழலை யணிந்து வெட்சி மாலையைச் சூடி, குழலையூதிக் கொம்பைக் குறித்துச் சிறிய பல வாத்தியங்களிலிருந்து இசையை எழுப்பி, ஆட்டுக் கிடாயைப் பின்னிட்டு, மயில் மீது விரும்பி யேறி, குற்ற மற்ற கோழிக் கொடியினைக் கொடியாக உயர்த்தி, தான் வேண்டிய வடிவு கொள்ளுதலினால் குழ வியாயிராமல் நெடியனாய் வளர்ந்து, தோளிலே தொடியை அணிந்து, நரம்பு போல் இசை மிழற்றும் பாடுமகளிருடன் இடையிலே இறுகக் கட்டிய ஆடையுடன் நிலத்தைப் பொருந்தி நின்ற நறுமணமும் மென்மையும் நிறைந்த ஆடையினை உடுத்து மெல்லிய தோளினையுடைய பெண் மான் போலும் மகளிர் குரவைக் கூத்தினை விரும்பி ஆடா நிற்க, தன்னுடைய முழவு போன்ற பெருமையையுடைய கையினாலே அவர்களின் மென்கரங்களைத் தழுவி எடுத்துக் கொண்டு, முதற்கை கொடுத்து மலைகள் தொறுஞ் சென்று மகிழ்ந்து விளையாடுதல் என்பது முருகனிடம் நீங்காது நிலை பெற்றிருக்கின்ற பண்பாகும்.

இக்குரவைக் கூத்தினைச் சிலப்பதிகார உரையாசிரியர் அடியார்க்கு நல்லார் பின்வருமாறு கூறுவர்.

குரவை என்பது கூறுங் காலைச்
செய்தோர் செய்த காமமும் வென்றியும்
எய்தக் கூறும் இயல்பிற் கும்

என்றும்,

குரவை என்பது எழுவர் மங்கையா
செந்நிலை மண்டலக் கடகக் கைகோத்து
அந்நிலைக் கொட்ப நின்றாட லாகும்

என்றும் குறிப்பிட்டுள்ளார்.

குன்று தோறாடும் குமரக்கடவுளின் கோலப்புனைவைத் திருமுருகாற்றுப்படையில் பின்வருமாறு நக்கீரர் புலப் படுத்தியுள்ளார்;

செய்யன் சிவந்த ஆடையன் செவ்வரைச்
செயலைத் தண்டளிர் துயல்வரும் காதினன்
கச்சினன் கழலினன் செச்சைக் கண்ணியன்
குழலன் கோட்டன் குறும்பல் லியத்தன்
தகரன் மஞ்ஞையன் புகரில் சேவலங்
கொடியன் நெடியன்...........

-திருமுருகு: *206-211*

முருகாற்றுப் படுத்த உருகெழு வியன்நகர்

குன்று தோறாடும் குமரனின் கோலத்தினைச் சென்ற பகுதியில் கண்டோம். பழமுதிர் சோலையில் பாங்குடன் கொலு வீற்றிருக்கும் ஞானச் செல்வனை இனிக் காண்போம். 'ஊரூர் கொண்ட சீர்கெழு விழவினனாக' விளங்குகின்றான் முருகன். சிறிய தினை அரிசியைப் பூக்களோடு கலந்து பிரப் பரிசியாக வைத்து, ஆட்டின் மறியை அறுத்து, கோழிக் கொடியினை உயர்த்தி, ஆங்கு முருகன் நிற்பதாக நினைத்து நிறுத்தி, ஊர் தோறும் ஊர் தோறும் மேற்கொண்ட தலைமை பொருந்திய விழாவிலும், பூவும் கொடியும் பிறவும் இன்றி,

அன்பு நிறைந்தவர் தம் அன்புடைமையால் துதி செய்ய, விருப்பம் மிகுந்த தன் மனம் பொருந்துதல் வந்த இடத்திலும், வெறியாட்டாளனாகிய - முருகன் கோயில் பூசாரியாகிய வேலன் தன் முன்னோர் இழைத்தவாறு இழைத்த வெறியாட்டுக் களத்திலும், காட்டினும், சோலையினும் அழகு பெற்ற ஆற்றிடைக் குறையினும், ஆற்றங்கரையின் கண்ணும், குளக்கரையின் கண்ணும், முற்கூறப்பட்ட ஊர்கள் அன்றி, வேறாகிய பற்பல ஊர்களிலும், நாற்சந்தியினும், முச்சந்தியினும், ஐஞ்சந்தியினும் புதிய பூக்களோடு மலர்ந்துள்ள கடப்ப மரத்தின்கண்ணும், ஊர் நடுவே ஊரார் அனைவரும் கூடும் இடமாகிய மன்றத்தின் கண்ணும் பல ஊர்களுக்குப் பொதுவாகிய ஊரம்பலங்களினும், அருட் குறியாக நடப்பட்ட தறிநிற்கும் இடத்தின் கண்ணும் முருகப் பெருமான் நீக்கமற நிறைந்திருக்கின்றான். மாட்சிமையுடைய தலைமை சான்ற கோழிக் கொடியோடு பொருந்துமாறு இயற்றி, நெய்யையும் வெண்சிறு கடுகையும் அரைத்து அப்பி, ஓதும் மந்திரத்தை மறையாக ஓதி, கொழுவிய மலர்களைத் தூவி, தலைகுனிந்து, கை கூப்பி வணங்கி வழிபட்டுக் கலியுக வரதனும் கந்தனின் அருளினை வேண்டி நிற்கின்றனர் அடியார்கள். தொல்காப்பியம் புறத்திணை இயலில்,

வெறியறி சிறப்பின் வெவ்வாய் வேலன்
வெறியாட் டயர்ந்த காந்தளும்

-தொல்: புறத்திணை இயல்: 5

என்ற குறிப்பு வருகின்றது. அகப் பொருள் துறைகளுக்கும் வேலனின் வெறியாட்டுப்பொருந்தி வருகின்றது. சான்றாக,

நெடுவேள் பேணத் தணிகுவள் இவளென
முதுவாய்ப் பெண்டிர் அது வாய்கூறக்
களன்நன் கிழைத்துக் கண்ணி சூட்டி
வளநகர் சிலம்பப் பாடிப் பலிகொடுத்து
உருவச் செந்தினை குருதியோடு தூஉய் மு
ருகாற்றுப் படுத்த உருகெழு நடுநாள்

-அகநானூறு : 22: 6-11

என்ற அகநானூற்றுப் பாடற் பகுதியினைக் காண்க.

அடியவர்கள் வேறு முறையாகவும் வணங்கி வழிபடுகிறார்கள். தம்மில் வேறுபட்ட நிறத்தையுடைய இரண்டு ஆடைகளை உள்ளொன்றும் புறமொன்றுமாக உடுத்து, செந்நிற நூலினைக் கையிலே காப்பாகக் கட்டி, வெண்பொரிகளைத் தூவி, வலிமிக்கதும் பெரிய கால்களையுடையதும் ஆகிய கொழுத்த ஆட்டுக் கிடாயினை அறுத்து, அதன் செங் குருதியோடு கலந்த தூய வெண்ணிறமான அரிசியினைச் சிறு பலியாகத் தந்து, பல தானிய வித்துக்களையுடைய கொள்கலங்களையும் வைத்து, அறுத்த சிறு பசு மஞ்சட் குழம்போடு நறுமணமுள்ள சந்தனக் குழம்பைக் கலந்து தெளித்து, பெரிய குளிர்ந்த செவ்வலரி யிலையையும்,ஏனைய நறுமணம் வீசும் குளிர்ந்த மாலைகளையும் தம்மில் இணை ஒத்து அறும்படியாகப் பொருந்த அறுத்து, அவ்வாறு அறுத்த இருமாலைகளை நான்கு பக்கங்களிலும் தொங்கும் படி கட்டி, செறிந்த மலைப்பக்கத்துள்ள நல்ல ஊர்களை கோயில்களை வாழ்த்தி, நறுமணம் கமழும் தூபங்களைக் கொடுத்து, அந்த மலைநிலத்திற்குரிய குறிஞ்சிப் பண்ணைப் பாடி மலைவாழ் மக்கள் வணங்கி நிற்கின்றனர்.

மலை உச்சியிலிருந்து இழுமெனும் ஓசையை இசையென முழக்கிக் கொண்டு விழுகின்ற அருவி ஓசையோடு இனிய பல இசைக் கருவிகள் ஒலிக்க, சிவந்த நிறத்தினையுடைய பல பூக்களையும் தூவி, அச்சம் தோன்றும்படி, குருதி அளைந்த சிவந்த தினையரிசியையும் பரப்பி, குறத்தி முருகனுக்கு உவப்பினைக் கூட்டும் இசைக் கருவிகளை முழங்கச் செய்து, தெய்வம் என்று மறுத்துக் கூறுபவர் அஞ்சும்படியாக அம் முருகப் பெருமான் அன்பர்களிடம் எழுந்தருளும்படி வழிப்படுத்தின அச்சம் பொருந்திய அத் திருக்கோயிலின் எதிரே, தெய்வமேறி ஆடும் வெறியாடு களம் ஆரவாரிக்கும்படி, வெறிப் பாடல்களுக்கு இயைந்த

பாடல்களைப் பாடி, கொம்பு வாக்கியங்களை வாயில் வைத்து ஊதச் செய்து, ஓசை மிக்க மணியை ஆட்டி ஒலிக்கச் செய்து, என்றும் புறங்கொடுத்து ஓடாத சிறந்த கொள்கையையுடைய அவனது பிணிமுகம் என்னும் பெயரையுடைய யானையை வாழ்த்தி, அன்பராயினார் தாம் நினைத்த வடிவத்தில் கண்டு தாம் விரும்பியவற்றை விரும்பிய வண்ணமே பெற்று நிற்குமாறு அவர் வழியில் வந்து பொருந்த முன்சொன்ன விழாவும், வேலன் வெறியாடு களமும், காடும், காவும், துருத்தியும்,ஆறும், வைப்பும், சதுக்கமும், சந்தியும், கடப்பும்,மன்றமும் பொதியிலும், குறத்தி முருகாற்றுப் படுத்த கோயிலும் (நன்னகர்) ஆகிய அவ்வவ்விடங்களிலே தன் ஊர்தியாகிய-பிணி முகமாகிய-யானையின் மேல் ஏறி வந்து அன்புப் பிடியில் அகப்பட்டு காட்சி கொடுத்து உறைதற்கு உரிமைப் பட்டிருத்தலையும் யான் அறிந்தவரறே உனக்குக் கூறினேன். முற்கூறிய அவ்வவ்விடங்களிலே ஆகட்டும், பிறவிடங்களில் ஆகட்டும், நீ குன்றும் எறிந்த குமரவேளை முற்படக் கண்டபொழுது, முகத்தானே விரும்பி வாயானே புகழ்ந்து வாழ்த்திக் கையைத் தலைமேலே குவித்துத் தொழுது வாழ்த்திப் பின்னர் அவனுடைய திருவடிகள் உன் தலையில் உறும்படி வணங்கி அவனை வாழ்த்துவாயாக என்று வழிப்படுத்துகின்றார் நக்கீரர் பெருமான்.

முருகன் உறையும் இடங்களாக நக்கீரர் காட்டும் இடங்கள் பின்வருவனவாம். அழகொளிரும் இடங்களி லெல்லாம் அவன் உறைகின்றான் என்பது இதனால் நன்கு புலனாகின்றது.

வேலன் தைஇய வெறியயர் களனும்
காடும் காவும் கவின்பெறு துருத்தியும்
யாறுங் குளனும் வேறுபல் வைப்பும்
சதுக்கமும் சந்தியும் புதுப்பூங் கடம்பும்
மன்றமும் பொதியிலும் கந்துடை நிலையினும்.

- திருமுருகு: *222-226*

இறுதியில் முருகனை வணங்க வேண்டும் முறையினைக் கூறி முடிக்கின்றார் நக்கீரர்.

முருகாற்றுப் படுத்த உருகெழு வியன்நகர்
ஆடுகளஞ் சிலம்பப் பாடிப் பலவுடன்
கோடுவாய் வைத்துக் கொடுமணி இயக்கி
ஓடாப் பூட்கைப் பிணிமுகம் வாழ்த்தி
வேண்டுநர் வேண்டியாங் கெய்தினர் வழிபட
ஆண்டாண் டுறைதலும் அறிந்த வாறே.

-திருமுருகு; 244-249

அஞ்சல் ஓம்புமதி அறிவன் நின்வரவு

'காடும் காவும் கவின்பெறு துருத்தியும், யாறும் குளனும் வேறுபல் வைப்பும், சதுக்கமும் சந்தியும் புதுப்பூங் கடம்பும் மன்றமும் பொதியிலும் கந்துடை நிலையிலும், முருகாற்றுப்படுத்த உருகெழுவியன் நகரினும், முருகன் உறைகின்ற - எழுந்தருளியுள்ள இடங்களிலே யன்றியும், பிற இடங்களிலும் ஒருமுகப்பட்ட மனத்திலே தாமே அமைத்துக் கொண்ட திருக்கோலத்திற்கு ஏற்ப, அப்பெருமானைக் கண்டபொழுது, முகத்தானே விரும்பி நோக்கி வாயானே வாழ்த்தி வணங்கி, கையைத் தலைமேலே குவித்துப் புகழ்ந்து, அப்பெருமான்தன் திருவடிகளில் தலை பொருந்தும்படி வீழ்ந்து கும்பிட்டு வணங்குதல் வேண்டும் என்று குறிப்பிடுகின்றார் நக்கீரர் பெருமான். இவ்வாறு இறைவழிபாடு செய்யும் முறையினைத் தொண்டர் சீர்பரவ வல்ல சேக்கிழார் பெருமான் திருவாக்கானும் அறியலாம்.

கையுந் தலைமிசை புனையஞ் சலியன
கண்ணும் பொழிமழை யொழியாதே
பெய்யுந் தகையன கரணங்களுமுடன்
உருகும் பரிவின பேறெய்தும்
மெய்யுந் தரைமிசை விழுமுன் பெழுதரும்
மின்தாழ் சடையொடு நின்றாடும்

ஐயன் திருநடம் எதிர்கும் பிடுமவர்
ஆர்வம் பெருகுதல் அளவின்றால்.

பெரிய புராணம்: திருநாவுக்கரசர்: *167.*

அரும்பெறல் மரபின் பெரும்பெயர் முருகன்

இனி, நக்கீரர் பெருமாள் முருகனின் அருளினையும் தெறலினையும் வீரத்தினையும் வெற்றியினையும் பல படப் புகழ்ந்து புகழ்மாலை சார்த்திப் பாராட்டுகின்றார்."ஓங்கி உயர்ந்த பெரிய இமயமலையின் உச்சியில், சரவணம் என்னும் தருப்பைப்புல் வளர்ந்துள்ளதால் நீலநிறம் கொண்டு காட்சியளிக்கும் சுனையில் சரவணப் பூம்பொய்கையில், ஆகாயம், காற்று, தீ, நீர், நிலன் என்னும் ஐந்து பூதங்களில் ஒன்றாகிய நெருப்புக் கடவுள் முக்கண்ணனுடைய நெற்றிக் கண்ணாகிய அனற் கண்ணிலே தோன்றிய ஆறு அனற் பொறியினைத் தன் அகங்கையில் ஏற்றுச் சென்று சேர்க்க, அருந்ததி யொழிந்த ஆறு இருடி (ரிஷி) பத்தினியரும் அந்த ஆறு பொறிகளிலிருந்தும் தோன்றிய ஆறு குழந்தைகளையும் தாமே பெற்ற தாயாராகக் கருதிப் பேணி வளர்க்க, ஆறு வடிவு பொருந்திய செல்வனே! கல்லால மரத்தின் கீழே இருடிகளுக்கு ஞானோபதேசம் செய்த சிவபெருமானின் செல்வனே! மலைகளில் மிக உயர்ந்ததனால் மாண்புபெற்ற மலையரையன் மகள் உமாதேவியின் மகனே! உன் அன்பர்க்கும் அடியார்க்கும் தீங்கிழைக்க நினைக்கும் பகைவர்க்குக் கூற்றுவனே! வெற்றி குறித்து வெல்லும் போரினைச் செய்யும் துர்க்கையின் மைந்தனே! பூண்கள் அணிந்த தலைமையினை யுடைய காடுகிழாளுடைய மகனே! தேவர்கள் வணங்கு கின்ற விற்படைத் தலைவனே! இன்பத்திற்குரிய கடப்ப மாலையை யணிந்த மார்பை யுடையோனே ! எல்லா வகை நூல்களையும் முற்ற உணர்ந்த புலவனே போர்த் தொழிலில் தான் ஒருவனாக நின்று மேம்பட்டுப் பெரிய வெற்றியினைக் கொள்ளுவோனே! அந்தணர்களுக்குப் பொருட் செல்வமாய் இருப்போனே ! அறிவு சான்ற பெரியோர்கள் புகழ்ந்து சொல்லும் சொற்களின்

பொருள் தொகுதியாய் இருப்பவனே! தெய்வயானையாரும் வள்ளிநாச்சியாரும் ஆன மகளிர்க்குக் கணவனே! வலிமை மிக்க வீரர்க்கு அரியேறு போன்றவனே! வேல் ஏந்தின பெருமை பொருந்திய கையால் பெற்ற வெற்றியால் அமைந்த பெரும் வீரச் செல்வமுடையவனே! கிரவுஞ்சம் என்னும் மலையைப் பிளந்த, குறைவற்ற வெற்றியையுடைய, வானத்தை அளாவும் உயர்ந்த மலைகளையுடைய குறிஞ்சி நிலத்திற்கு உரிமை பூண்டவனே! பலரும் புகழ்ந்து சொல்லும் நல்ல சொற்களையுடைய கவிப்புலவர்க்கு அரியேறு போன்ற வனே! பெறுவதற்கு அரிய முறைமையினையுடைய பெரிய பொருளாகிய வீட்டையுடைய முருகனே! வீட்டுப் பேற்றைப் பெறவேண்டும் என்று விரும்பி வந்தார்க்கு அதனைக் கைகூட்டி நுகர்விக்கும் புகழினையுடைய பேரருளாளனே! பிறரால் துன்பமுற்று வந்தோர்க்கு அருள் புரியும் பொற் பூண்களை அணிந்த மார்பினையுடைய சேயோனே! மிக நெருங்கி வந்து எதிர் நின்று போர் செய்தவருடைய போரை வென்று முடித்த நின் மார்பிடத்தே, இரந்து வந்தோரைத் தழுவித் தாங்கிக்கொள்ளும், கண்டார்க்கு அச்சம் தரும் நெடிய வடிவத்தை யுடையவேளே! வானோரும் அந்தணரும் ஆகிய உயர்ந்தோரால் ஓதி ஏத்தப் பெறுகின்ற பெரிய மறைமொழியாகிய திருப்பெயரையுடைய இறைவனே! சூரபன்மாவின் குலத்தை இல்லை யாகும்படி செய்த தோள் வலிமையுடைமையாலே எப்போரிலும் மிக்கு ஒப்பற்றவனாய் விளங்குபவனே! தலைவனே! என்று இவ்வாறு பலவாக யான் அறிந்து உனக்குக் கூறிய அளவானே புகழ்ந்து அமையாது மேலும் மேலும் புகழ்ந்து, 'உன்னுடைய தன்மைகளையெல்லாம் அளவிட்டு அறிதல் நிலைபெற்ற உயிர்களுக்கு அருமையாதலின், உன்னுடைய திருவடியைக் காணவேண்டுமென்று நினைத்து வந்தேன். உன்னோடு ஒப்பார் இயலாத மெய்யுணர்வை உடை வல்லனே !' என்று கூறி, நீ கருதிய வீட்டுப் பேற்றினை விண்ணப்பம் செய்வதற்கு முன்பே, நீ கருதியதை உணர்ந்துகொண்டு, அப்பொழுதே, வேறு வேறாகிய பல வடிவினையுடைய இனிய பலராகிய பணியாளர், விழா வெடுத்த களத்தின்கண் பெருமை பெறத்

தோன்றுதல் போல் தோன்றி, 'இந்த இரவலன் (யாசகன்) இரக்கம் காட்டி அருளுவதற்கு உரியவனே! பெருமானே! அறிவு முதிர்ந்த வாய்மையினையுடைய இந்த இரவலன் உன்னுடைய வளவிய புகழினை விரும்பி வந்துளான். இனியனவும் உறுதி பயப்பனவும் ஆன மிகமிகப் பலவான புகழுரைகளை ஏத்திப் புகழ்ந்துகொண்டே வந்துளான்' என முருகக் கடவுள் திருமுன் கூறி நிற்கிறார்கள்.

முருகன் அருள் சுரந்து பரிசில் அளிக்கும் மாண்பு

"அதுபொழுது முருகப் பெருமான் தனது தெய்வத் தன்மை அமைந்த தன் வலிமை விளங்கும்,வடிவினையும், வானைத் தீண்டும் வளர்ச்சியினையும் உடையவனாய் உனக்கு முன்வந்து தோன்றித் தன் தெய்வத் தன்மையை உணர்த்தி, அத் தோற்றத்தைக் கண்டு நீ அஞ்சக் கூடும் ஆதலால், அச்சத்தையும் வருத்தத்தையும் விளைவிக்கக் கூடிய அந்த உயர்ந்தோங்கி நிற்றலாகிய வடிவத்தை உள்ளடக்கிக் கொண்டு, முன்புண்டாகிய தனது மணம் கமழ்கின்ற தெய்வத் தன்மை பொருந்திய, காண்பதற்குக் கவர்ச்சியான இளமைத் தன்மை கூடி நீ அழகிய வடிவத்தைக் காட்டி அஞ்சுதலைத் தவிர்ப்பாயாக! வீடு பெற நினைத்து வந்த வரவினை நான் நன்கு அறிவேன்' என்று உன்மேல் தன் அன்புடைமையை உணர்த்தும் நல்லமொழிகளைப் பலவாகக் கூறி அருளிச் செய்து, அழிதல் இன்றி இருண்ட நிறத்தையுடைய கடல் சூழ்ந்த உலகில் ஒப்பற்றவன் நீயேயாகத் தோன்றும்படி, எல்லாவற்றினும் சிறந்த, பெறுதற்கரிய பரிசிலாகிய வீடு பேற்றினை நீ அடைய அருளுவான்."

இவ்வாறு நக்கீரர் பெருமான் நெஞ்சுவந்து நெகிழ்ந்து முருகப் பெருமானைப் போற்றிப் பரவிய புகழ் மொழிகளைக் காண்க. அவற்றை மனத்தில் கொள்ளின் மாறாத வெற்றி என்றும் உறுதி. இது பெரியார் பலர் வாழ்வில் கண்கூடாகக் கண்ட உண்மையாகும்.

நெடும் பெருஞ் சிமையத்து நீலப் பைஞ்சுனை
ஐவருள் ஒருவன் அங்கை ஏற்ப
அறுவர் பயந்த ஆறமர் செல்வ
ஆல்கெழு கடவுட் புதல்வ மால்வரை
மலைமகள் மகனே மாற்றோர் கூற்றே
வெற்றி வெல்போர்க் கொற்றவை சிறுவ
இழையணி சிறப்பிற் பழையோள் குழவி
வானோர் வணங்குவில் தானைத் தலைவ
மாலை மார்ப நூலறி புலவ
செருவில் ஒருவ பொருவிறல் மள்ள
அந்தணர் வெறுக்கை அறிந்தோர்
சொன்மலை மங்கையர் கணவ மைந்தர் ஏறே
வேல்கெழு தடக்கைச் சால்பெருஞ் செல்வ
குன்றங் கொன்ற குன்றாக் கொற்றத்து
விண்பொரு நெடுவரைக் குறிஞ்சிக் கிழவ
பலர்புகழ் நன்மொழிப் புலவர் ஏறே
அரும்பெறன் மரபிற் பெரும்பெயர்
முருக நசையுநர்க் கார்த்தும் இசைபே
ராள அலந்தோர்க்கு அளிக்கும் பொலம்பூண்
சேஎய் மண்டமர் கடந்தநின் வென்றாடு
அகலத்துப் பரிசிலர்த் தாங்கும் உருகெழு
நெடுவேள் பெரியோர் ஏத்தும் பெரும்பெயர்
இயவுள சூர்மருங்கு அறுத்த மொய்ம்பின்
மதவலி போர்மிகு பொருந குரிசில்
எனப்பல யானறி அளவையின் ஏத்தி
ஆனது நின்னறிந் தறிதல் மன்னுயிர்க்
கருமையின் நின்னடி உள்ளி வந்தனன்
நின்னொடு புரையுநர் இல்லாப் புலமை
யோயெனக் குறித்தது மொழியா அளவையிற் குறித்துடன்
வேறுபல் உருவிற் குறும்பல் கூளியர்
சாறயர் களத்து வீறுபெறத் தோன்றி
அளியன் தானே முதுவாய் இரவலன்
வந்தோன் பெருமநின் வண்புகழ் நயந்தென
இனியவும் நல்லவும் நனிபல வேத்தித்

தெய்வஞ் சான்ற திறல்விளங் குருவின்
வான்தோய் நிவப்பின் தான்வந் தெய்தி
அணங்குசால் உயர்நிலை தழீஇப்
பண்டைத்தன் மணங்கமழ் தெய்வத்து
இளநலங் காட்டி அஞ்சல் ஓம்புமதி
அறிவன்நின் வரவென அன்புடை நன்மொழி
அளைஇ விளிவின்று இருள்நிற முந்நீர்
வளைஇய உலகத்து ஒருநீ யாகித் தோன்ற
விழுமிய பெறலரும் பரிசில் நல்குமதி.

-திருமுருகு:253-295

இழுமென இழிதரும் அருவி

பழந்தமிழ் மக்கள் இயற்கையோடு இயைந்த இன்ப அன்பு வாழ்க்கை வாழ்ந்தவர்கள். இயற்கையின் இனிய பெற்றியினை ஆரத் துய்த்தவர்கள். இயற்கை அவர்களுக்கு இணையற்ற தாயாய்த் தந்தையாய் மகவாய் விளங்கி அருள் சுரந்தூட்டியது. இத்தகைய இயற்கையின் இனிய அழகிய திருவோலக்கப் பொலிவிலே தோய்ந்து ஈடுபட்டவர் நம் சங்கத் தமிழ்ப்புலவர் நக்கீரர் பெருமான் ஆவர். எனவே திருமுருகாற்றுப்படையின் இறுதிப் பகுதியிலே நம் மனத்தையெல்லாம் கொள்ளை கொள்ளும் வண்ணம் மலையருவியின் மாண்பினையும் அழகினையும் சிறக்க வடித்துக் காட்டுகின்றார். புலவர் நெஞ்சினை ஈர்த்துத் தன்வயப்படுத்தும் அவ்வினிய அழகிய கற்பனை, பாடலின் தொடக்கத்தில் காணப் பெற்ற "பலர்புகழ் ஞாயிற்றின்" கோல் ஒப்பனையைப்போலவே பொருட் பொருத்தமுற இயைந்து காணப் பெறுகின்றது.

வேறுபட்ட பலவாகிய துகில்களைப் போல அசைந்து, அகிலைச் சுமந்துகொண்டு, பெரிய சந்தனமரத்தைத் தள்ளி, சிறு மூங்கிலினது பூவையுடைய அசைகின்ற கொம்பு தனிப்ப, வேரைப் பிளந்து வேகமாக ஓடிவருகின்றது மலையருவி. தேவருலகத்தைத் திண்டுகின்ற பெரிய மலையிடத்தே

சூரியமண்டலத்தைப் போல ஈயால் வைக்கப்பட்ட தண்ணியவாய் மணக்கின்ற விரிந்த தேன்கூடு சிதையும் படியும், நன்றாகிய பல ஈரப்பலாவினுடைய முற்றியகளை தன்னிடத்தே கலக்கவும், மலையுச்சியில் உண்டான சுர புன்னையின் நறிய மலர் உதிரவும், கருங்குரங்கோடே கரிய முகத்தையுடைய ஆண் முசுக்களும் நடுங்கவும், புள்ளியுள்ள பெரிய நெற்றியையுடைய பெரிய பெண்யானை குளிரும்படி அலையை வீசியடித்துக் கொண்டு வருகின்றது அழகு சால் அருவி, பெரிய யானையினுடைய முத்தையுடைய வாய் தந்தங்களை உள்ளடக்கி, நல்ல பொன்னும் மணியும் என்பனவற்றின் நிறம் விளங்காநிற்கத் தாவிப் பொன்னைக் கொழித்து, வாழையினது இளநீரையுடைய சிறந்த குலை உதிரவும் அவ்விரண்டினையும் தாக்கி, மிளகுக் கொடியின் கரிய கொத்துக்கள் சாயவும், புள்ளியையுடைய முதுகினையும் மடப்பத்தையுடைய நடையினையுமுடைய மயில் பல வற்றுடனே கோழியினுடைய வலிவுள்ள பெண்கோழி அஞ்சி நிலை கெடவும், ஆண்பன்றியுடனே, வெளிற்றினை யுடைய கரிய பனையின் புல்லிய செறும்பை யொத்த கரிய நிறத்தையுடைத்தாகிய மயிரினையுடைய உடம்பினையும் வளைந்த அடியினையும் உடைய கரடி பெரிய மலையின் பிளவு களிலுள்ள முழைஞ்சுகளிலே கெருங்கிச் சேரவும், கரிய கொம்பினையுடைய காட்டுப் பசுக்களின் சிறந்த ஏறுகள் முழங்கும்படியும், மிகவுயர்ந்த மலையுச்சியிலிருந்து 'இரும்' என்னும் ஓசையுண்டாம்படி குதிக்கின்ற அருவியையுடைய பழமுற்றின சோலைகளையுடைய மலைக்கு உரிமையுடையவனாகிய முருகக் கடவுள், தெய்வஞ் சான்ற திறல் விளங்கு உருவோடு, வான்தோய் நிவப்பில் தான்வந்து எய்தி, பண்டைத்தன் மணங்கமழ் தெய்வத்தின் இளநலங்காட்டி அஞ்சல் ஓம்புமதி, அறிவன் நின்வரவு' என அன்புடை மண்மொழி கூறிப் பெறலரும் பரிசில் மல்குவான்:

......பலவுடன்
வேறுபல் துகிலின் நுடங்கி யகில்சுமந்து
ஆர் முழுமுத லுருட்டி வேரல்

பூவுடை யலங்குசினை புலம்ப வேர்கீண்டு
விண்பொரு நெடுவரைப் பரிதியிற் றொடுத்த
தண்கமழ் அலரிறால் சிதைய நன்பல
ஆசினி முதுசுளை கலாவ மீமிசை
நாக நறுமலர் உதிர ஊகமொடு
மாமுக முசுக்கலை பனிப்பப் பூறுதல்
இரும்பிடி குளிர்ப்ப வீசிப் பெருங்களிற்று
முத்துடை வான்கோடு தழீ இத் தத்துற்று
நன்பொன் மணிநிறம் கிளரப் பொன்கொழியா
வாழை முழுமுதல் துமியத் தாழை
இளநீர் விழுக்குலை உதிரத் தாக்கிக்
கறிக்கொடிக் கருந்துணர் சாயப் பொறிப்புற
மட நடை மஞ்ஞை பலவுடன் வெரீஇக்
கோழி வயப்பெடை யிரியக் கேழலொடு
இரும்பனை வெளிற்றின் புன்சாய் அன்ன
குரூஉமயிர் யாக்கைக் குடாவடி யுளியம்
பெருங்கல் விடரளைச் செறியக் கருங்கோட்டு
ஆமா நல்லேறு சிலைப்பச் சேண் நின்று
இழுமென இழிதரும் அருவிப்
பழமுதிர் சோலை மலைகிழ வோனே.

-திருமுருகு:295-317

முடிவுரை

இலக்கிய நயமும் பக்தி நயமும் கெழுமியமைந்த பாடல்கள் பத்து, பத்துப்பாட்டும் சேர்ந்துள்ள பழைய ஏட்டுப் பிரதிகளில் காணப் பெறாமல், திருமுருகாற்றுப் படை மட்டுமுள்ள புதிய ஏட்டுப் பிரதிகளிலும் அச்சுப் பிரதிகளிலும் காணப்படுகின்றன. இப்பாடல்கள் அனைத் தும் பிற்காலப் புலவர்கள், திருமுருகாற்றுப்படையில் உள்ளந் தோய்ந்து ஈடுபட்டதன் பயனாகப் பிறந்த சுவைப் பாடல்கள் எனலாம். இவற்றில் சில பாடல்கள் இன்று பயின்று வழங்கப் பெறுகின்றன. இவையனைத்தும் நக்கீரரால் இயற்றப்

பெற்றவை அல்ல என்பதே பொருந்திய முடிவாகும். முதற்பாடல் வருமாறு:

குன்ற மெறிந்தாய் குறைகடலிற் சூர்தடிந்தாய்
புன்றலைய பூதப்பொரு படையாய் என்றும்
இளையா யழகியா யேறூர்ந்தா னேறே
உளையா யென்னுள்ளத் துறை.

திருவாலவாயுடையார் திருவிளையாடற் புராண ஆசிரியர் காலத்தில் இந்த வெண்பா வழங்கியிருந்திருக்க வேண்டும். ஏனெனில் அந்நூலில்,

உயர்வுற வுலக முவப்பவென் றெடுத்தாங்
கொண்டமிழ்த் தண்டல முவப்ப
வியனுற வுரைப்பக் கேட்டலு மடைந்து
வெற்பகந் திறக்கவேல் விட்டு
நயனொடு மெடுத்து வினைகடீர்த் தருளு
நன்சுனை காட்டிநீ ராட்டி
அயிலுடை நம்மைக் கிழவனென் றனையென்
றாலயத் தடைந்தனன் காண.
இனிதொர்கவி குன்றமெறிந் தாயெனப்பி னென்று
[மிளை
யாயழகி யாயென் னுங்கான்
மனமகிழ்ந்தி தியார் பகர்வா ரவர்க்கு வேண்டும்
[போந்து
கனமலிசங் கத்துரைப்பக் கேட்டி யாருங்
வரங்கொடுப்போ மதுரையிற்போ கென்னப்
களிகூர்ந்தார் தமிழ்முருக னருளை வாழ்த்தி

-திருவாலவாயுடையார் திருவிளையாடற் புராணம்: *44:27, 28*

என்னும் வரலாற்றை நோக்குங்கால் இக்கருத்து வலியுறுகின்றது.

உன்னை ஒழிய ஒருவரையும் நம்புகிலேன் பின்னை
ஒருவரையான் பின்செல்லேன்- [பன்னிருகைக்

கோலப்பா வானோர் கொடியவினை தீர்த்தருளும்
வேலப்பா செந்திவாழ்வே.

அஞ்சு முகந்தோன்றின் ஆறுமுகந்தோன்றும்
வெஞ்சமரில் அஞ்சலென வேல்தோன்றும் - [நெஞ்சில்
ஒருகால் நினைக்கின் இருகாலுந் தோன்றும்
முருகாஎன் றோதுவார் முன்.

முருகனே செந்தி முதல்வனே மாயோன்
மருகனே ஈசன் மகனே-ஒருகைமுகன்
தம்பியே நின்னுடைய தண்டைக்கால் எப்பொழு [தும்
நம்பியே கைதொழுவேன் நான்.

காக்கக் கடவியநீ காவா திருந்தக்கால்
ஆர்க்குப் பரமாம் அறுமுகவா - பூக்கும்
கடம்பா முருகா கதிர்வேலா நல்ல
இடங்காள் இரங்காய் இனி.

இங்குக் காட்டப்பெற்ற இப்பாடல்கள் நாள்தோறும் திருமுருகாற்றுப்படையினை ஓதுவார் இறுதியில் தவறாது பாடி வணங்கும் பக்திப் பாடல்களாகும்.

திருமுருகாற்றுப்படையினை நாள்தோறும் பாராயணம் செய்வார் பெறும் பயன்களைப் பின்வரும் இருபாடல்களும் குறிக்கும்:

பரங்குன்றிற் பன்னிருகைக் கோமான்றன் பாதம்
கரங்கூப்பிக் கண்குளிரக் கண்டு- சுருங்காமல்
ஆசையால் நெஞ்சே அணிமுருகாற் றுப்படையைப்
பூசையாக் கொண்டே புகல்.

நக்கீரர் தாமுரைத்த நன்முருகாற் றுப்படையைத்
தற்கோல நாடோறுஞ் சாற்றினால்-முற்கோல
மாமுருகன் வந்து மனக்கவலை தீர்த்தருளித்
தானினைத்த எல்லாந் தரும்.

கற்பனைக் களஞ்சியம்' எனப் போற்றப் பெறும் துறைமங்கலம் சிவப்பிரகாச சுவாமிகள் சீகாளத்திப் புராணத்தில் திருமுருகாற்றுப்படையைப் பின்வருமாறு பாராட்டுகின்றார்.

இன்னன நினைந்து கீர னிலங்கிலை நெடுவேற்
[செம்மல்
பன்னிரு செவியு மாரப் பருகமு தாகி யோதின்
உன்னிய வுன்னி யாங்கிங் குதவுவ தாகிப்
பாவுண் முன்னுற வந்து நிற்கு முருகாற்றுப் படைமொ
[ழிந்தான்.

-சீகாளத்திப்புராணம்: நக்கீரச் : 115

திருமுருகாற்றுப்படையை நியமமாக ஓதி வரும் பெரியோர்கள் கீழ்க்காணும் இக்கட்டளைக் கலித்துறையினையும் ஓதிவருகின்றனர்.

ஒருமுரு காவென்றன் உள்ளங்குளிர உவந்துடனே
வருமுரு காவென்று வாய்வெரு வாநிற்பக் கையிங். [ஙனே
தருமுரு காவென்று தான்புலம் பாநிற்பத் தையன் [முன்னே
திருமுரு காற்றுப் படையுட னேவருஞ் சேவகனே.

"வெளுத்ததெல்லாம் பாலல்ல; ஆனால் நம்பிக்கையின் அடித்தளத்தில்தான் வாழ்க்கையின் உயிர் நாடி உள்ளது." திருமுருகாற்றுப்படையினை நாள்தோறும் நல்ல நெஞ்சுடனே ஓதிவருவார்க்கு எண்ணிய பொருள் எளிதில் கை கூடும் என்பர் பெரியோர். அம்முறையில் நாமும் நக்கீரர் உரைத்த நல் முருகாற்றுப்படையை நாள்தோறும் ஓதி, செவ்வேளின் அருள் பெற்று நற்பயனை எய்துவோமாக!

4. பரிபாடற் புலவர்கள் காட்டும் முருகன்

கடைச் சங்கப் புலவர்கள் இயற்றிய எட்டுத்தொகை நூல்களுள் ஒன்று பரிபாடலாகும். எட்டுத்தொகை நூல்கள் அடியளவானும் பொருளானும் பாவானும் பெயரிடப் பட்டிருக்கின்றன. அவ் வகையில் அடியளவாற் பெயர் பெற்றன குறுந்தொகை ஐங்குறுநூறு முதலாயின என்றும், பொருளாற் பெயர் பெற்றன அகநானூறு புறநானூறு என்றும், பாவகையான் பெயர் பெற்றது பரிபாடல் என்றும் கூறப்படும். பரிபாடல் என்னும் ஒரு வகைப் பாவினால் இந்நூல் இயன்றதாதலின் பரிபாடல் என இந்நூல் வழங் கப்படுகின்றது. எழுபது பரிபாடல்கள் இருந்தனவாக இறையனார் அகப்பொருளுரை குறிக்கின்றது. ஆனால் இன்று நமக்கு முழுமையாகக் கிடைக்கும் பரிபாடலின் தொகை இருபத்திரண்டு ஆகும். இவ்விருபத்திரண்டு பாடல்களுக்குள்ளும் செவ்வேளாம் முருகனுக்குரிய பாடல்கள் எட்டாகும்.

பரிபாடலின் ஒவ்வொரு பாடலின் பின்னர், பாடினார் பெயர், பண்ணின் பெயர், இசைவகுத்தார் பெயர் முதலிய விவரங்கள் தரப்பட்டுள்ளன. எனவே இயற்றமிழோடு நில்லாது இசைத்தமிழையும் தழுவிப் பரிபாடற் பாடல்கள் அமைந்துள்ள சிறப்பினை நன்குணரலாம். இசைப் பாவகையில் பரிபாடல் செந்துறையைச் சார்ந்ததாக அறிகிறோம். 'பாயிரும் பனிக்கடல்' என்ற பாடலைப் பாடிய புலவர் கடுவன் இளவெயினனார் ஆவர். 'மண்மிசை யவிழ் துழாய்' என்ற பாடல் ஆசிரியர் நல்லந்துவனார் பாடியதாகும். குன்றம் பூதனார் என்னும் புலவர், 'இருநிலந்துளங் காமை' எனத் தொடங்கும் பாடலையும், 'போரெதிர் தேற்றார்' எனத் தொடங்கும் பாடலையும் பாடியவர் ஆவர். 'கார்மலி கதழ்

பெயல்' என்ற பாடலைக் கேசவனார் பாடியுள்ளார். நல்லமுசியார் 'தேம்படு மலர்குழை' என்னும் பாடலைப் பாடியவர் ஆவர். நப்பண்ணனார் 'நிலவரை யழுவத்தான்' எனத் தொடங்கும் பாடலையும், நல்லச்சுதனார், 'ஊர்ந்ததை' எனத் தொடங்கும் பாடலையும் பாடியுள்ளனர். ஆக ஏழு புலவர்கள் பாடிய இவ்வெட்டுப் பாடல்களும் செவ்வேளைப் பற்றியனவாகும். இப் பாடல்கள் செவ்வேள் விரும்பியுறையும் திருப்பரங்குன்றத்தைப் பற்றியும் சிறப்பாகக் குறிக்கின்றன. முருகன் செந்நிறம் கொண்டவன்; எனவே செவ்வேள் என்றும் சேயோன் என்றும் வழங்கப்படுகின்றான். அடுத்து, வேள் என்ற சொல் விருப்பத்தைச் செய்கின்றவன் அல்லது விருப்பத்தைக் கொடுக்கின்றவன் என இருவகையிலும் பொருள் தரும். சங்க இலக்கியங்களில் முருகன் செவ்வேள் என்றும், விறல்வேள் என்றும், வெல்வேள் என்றும், நெடுவேள் என்றும், செய்யோன் என்றும் பல பெயர்களால் அழைக்கப்படுகின்றான்.

செவ்வேள் என்ற சொல் வழக்கு முருகனைக் குறிக்கும் என்பதனை,

மூவிரு கயந்தலை முந் நான்கு முழவுத்தோள்
ஞாயிற்றேர் நிறத்தகை நளினத்துப் பிறவியை
காஅய் கடவுள் சேஎய் செவ்வேள்

-பரிபாடல் : 5 : 11-13

என வரும் பகுதியானும்,

ஈவாரைக் கொண்டாடி யேற்பாரைப் பார்த்துவக்குஞ்
சேய்மாடக் கூடலும் செவ்வேள் பரங்குன்றும்

-பரிபாடல் திரட்டு : 11 : 1-2.

என்ற பகுதியானும் அறியலாம். சிலப்பதிகாரமும்,

அறுமுகச் செவ்வேள் அணிதிகழ் கோயிலும்

-சிலப்பதிகாரம்: இந்திர விழவூரெடுத்த காதை : *170*

எனச் செவ்வேள் திருக்கோயிலினைச் சிறப்பித்துப் பேசுகின்றது.

அடுத்து விறள்வேள் என்ற சொல்லாட்சி,

மலர்ந்த வள்ளியங் கானக் கிழவோன்
ஆண்டகை விறல்வேள்

- ஐங்குறு நூறு : *250: 3-4*

என்றும்,

சூருடை முழுமுதல் தடிந்த பேரிசைக்
கடுஞ்சின விறல்வேள் களிறூர்ந் தாங்கு

- பதிற்றுப்பத்து ; *2* ஆம் பத்து : *1 : 5-6.*

என்றும் வரும் பகுதியான் தெரிய வருகின்றது.

வெண்சுடர் வெல் வேள்

என்று பரிபாடல் *(18:2(1)*கூறும்.திருமுருகாற்றுப் படை முருகப் பெருமானை,

பரிசிலர்த் தாங்கும் உருகெழு நெடுவேள்

-திருமுருகு : *273*

என்று குறிக்கும். 'செய்யோன்' என்ற சொல்லாட்சி,

மணிமயில் உயரிய மாறா வெண்றிப்
பிணிமுக வூர்தி யொண்செய் யோனும்

-புறநானூறு : *56: 7-8*

என்று புறநானூற்றில் இடம் பெற்றுள்ளது. மேலும் 'சேயோன் மேய மைவரை யுலகமும்' என்றே தொல் காப்பியனாரும் முருகனைச் சேயோன் என்று சுட்டியுள்ளார். இவ் அடியினுக்கு உரை கூறிய நச்சினார்க்கினியர் 'செங் கேழ் முருகன் காதலித்தவான் தங்கிய மைவரை யுலகமும்' என்றே உரை கண்டார். இதனாற் குறிஞ்சிநிலக் கோமானாம் குமரக் கடவுள் செந்நிறம் பொருந்தியவன் என்பது பெற்றாம்.

மேலும் இவ் அனைத்துப் பெயர்களிலும் முருகன் என்ற பெயரே சங்கப் புலவர் பெருமக்களால் யாண்டும் பெருவர வாக ஆளப்பட்டுள்ளது என்பதனைப் பின்வரும் பகுதிகள் கொண்டு தெளியலாம்.

அரும் பெறல் மரபின் பெரும் பெயர் முருக

-திருமுருகு *: 6*

முருகன் சீற்றத்து உரு கெழு குருசில்

- பொருநராற்றுப் படை *:131*

முருகென மொழியும் வேலன்

--ஐங்குறு நூறு *: 129 : 2*

பெரும்பெயர் முருக

-பரிபாடல் *: 5 : 50*

சூர் மருங் கறுத்த சுடரிலை நெடுவேல் சினமுகு முருகன் தண்பரங் குன்றத்து

-அக நானூறு *: 59:10-11*

முருகன் ஆரணங் கென்றலின்

-அகநானூறு *: 98: 10*

முருகன் அன்ன சீற்றத்து

-அகநானூறு : 158 : 16

கார்நறுங் கடம்பின் பாசிலைத் தெரியல்
சூர் நவை முருகன் சுற்றத் தன்னநின்

-புறநானூறு: 23:3-4

முருகொத் தீயே முன்னியது முடித்தலின்.

-புறநானூறு : 56: 14

இவ் எடுத்துக்காட்டுகள் கொண்டு பெரும் பெயர் முருகனின் அரும் பெறல் திறனை இனிதின் அறியலாம்.

பரிபாடலின் ஐந்தாம் பாடலில் கடுவன் இளவெயினனார் என்னும் புலவர் முருகன் பிணி முகம் என்னும் யானை மீதேறிப் போர் நடாத்திச் சூரனை வென்ற வெற்றிச் செய் தியினையும், ஓராறு முகமும், ஈராறு கைகளும் கொண்டு ஞாயிற்றின் எழுச்சி போன்ற முகப் பொலிவு உடையவனாய்த் திகழும் கீர்த்தியினையும் சிறப்பித்துள்ளார். பின்னர் முருகப் பெருமானின் திருவவதாரத்தைக் குறிப்பிட்டு, முருகப் பெருமானிடம் பொருளும் பொன்னும், போகமும் வேண்டாமல் அவன்பால் அருளும் அன்பும் அறனும் வேண்டியிரந்து பரவி நிற்கின்றார்:

.........யாஅம் இரப்பவை
பொருளும் பொன்னும் போகமும் அல்ல நின்பால்
அருளும் அன்பும் அறனும் மூன்றும்
உருளிணர்க் கடம்பின் ஒலிதா ரோயே.

-பரிபாடல் :5:78-81

இந்த வேண்டுகோள் அழியும் பொருளின் புன்மை யறிந்து அழியாப் பொருளின் மேன்மை யுணர்ந்து பாடப் பட்டதாகும்.

முருகப் பெருமானிடம் நாம் வேண்டும் பேறு இதனினும் வேறென்று இருக்கவும் முடியுமோ?

பரிபாடலின் எட்டாவது பாடலில் 'இமயக் குன்று நிகர்க்கும் பரங்குன்றினை'யும் அறுமுகனைப் பயந்தெடுத்த பதுமப் பாயலினையும் அழகுபடப் புலவர் நல்லந்துவனார் வருணித்துள்ளார்.

இவர்தம் வருணனைச் சிறப்பினை மதுரை மருதனிள நாகனார் என்னும் புலவர் அகநானூற்றில்,

சூர்மருங் கறுத்த சுடரிலை நெடுவேல்
சினமிகு முருகன் தண் பரங் குன்றத்து
அந்துவன் பாடிய சந்துகெழு நெடுவரை

-அகநானூறு : 59 : 10-12

என்று புலப்படுத்தியுள்ளார். இப்பாடலில் புலவர் பெருமான் அகத் துறையினையும் இடமறிந்து புகுத்தியுள்ளார்.

ஒன்பதாவது பரிபாடலின் ஆசிரியராகிய குன்றம் பூதனார் முருகன் திருவவதாரத்தினை முதற்கண் கிளத்திக் கூறி, 'காதற் காமம் காமத்திற் சிறந்தது' எனக் களவின் வழி வள்ளி முருகனைக் கூடின சிறப்புக்கூறி, 'புலத்தலிற் சிறந்தது கற்பு' எனக்கூறி, வள்ளிக்கும் தெய்வயானைக்கும் இடையே நிகழ்ந்த ஊடலைக் கூறி, இறுதியில் குமரப் பெருமானின் வாழ்த்தோடு பாடலை முடிக்கின்றார்.

பரிபாடலின் பதினான்காம் பாடலில் கேசவனார் என்னும் புலவர் பருவங் கண்டு அழிந்த தலைமகள் கேட்ப முருகவேளைப் பரவுவாளாய், அப்பருவத்தே தலைமகன் வரும் என்பது படத் தோழி வற்புறுத்திப் பாடிய பாடலாகும். இப்பாடலில், ஆறு திருமுகத்தையும் பன்னிரு தோளையும் கொண்டு வள்ளியென்னும் மலர் போன்ற மகளை விரும்பியவன் என்று முருகனின் தண்டாத சிறப்புப் புலவரால் பேசப்படுகின்றது:

அறுமுகத்து ஆறிரு தோளால் வென்றி
நறுமலர் வள்ளிப் பூ நயந் தோயே.

-பரிபாடல் : *14 : 21-22*

நல்லமுசியார் என்னும் நல்லிசைப் புலவர் இயற்றிய பரிபாடலின் பதினேழாம் பாடலில் கடப்பமரத்தடியில் எழுந்தருளியிருக்கும் கந்தவேளைக் கனிந்து இசையுடன் பரவிப் பாடி, தேவருலகும் வேண்டாத திருப்தியுடன் அடியவர்,

மணிநிற மஞ்ஞை ஓங்கிய புட்கொடிப்
பிணிமுகம் ஊர்ந்த வெல்போர் இறைவ
பணியொரீ இ நின்புகழ் ஏத்தி
அணிநெடுங் குன்றம் பாடுதுந் தொழுதும்
அவை, யாமும்எம் சுற்றமும் பரவுதும்
ஏம வைகல் பெறுகயாம் எனவே

-பரிபாடல் : *17 : 48-53*

என்று நிற்கின்றனர்.

"மணிநிற மயிலினையும் உயர்ந்த கோழிக் கொடியினையும் உடைய முருக! பிணிமுகத்தின் மேல் ஊர்ந்து போர் செய்து வெற்றி கொள்ளும் தலைவ! பிறவித் துன்பம் நீங்கிய இன்பம் மலிந்த நாட்களை யாம் பெறுக வென்று நின்னை வேண்டி யாமும் எம் கேளிரும் மக்களைப் பணிந் தொழுகுதலின்றி, நின் புகழையேத்தி நின் பரங்குன்றத்தினைப் பாடித் தொழுகின்றோம்! அருள் புரிவாயாக."

இவ்வாறு வணங்கும் அடியவர் அன்பின் திறந்தான் என்னே!

பரிபாடலின் பதினெட்டாவது பாடலில் சூரன் மாமரமாய் நின்றதும், முருகன் வேல் கொண்டு பிளந்ததுமாகிய வரலாறும், பின்னர் அகத்திணைக்குரிய செய்திகளும்,

சிறப்பாகக் குறிஞ்சித்திணைக்குரிய முதல், கரு, உரிப் பொருள்களும் கிளத்திக் கூறப்பட்டுள்ளன,

பரிபாடலின் பத்தொன்பதாம் பாடலில் புலவர் நப்பண்ணனார் வள்ளி தெய்வயானை ஆகிய இருவர்தம் திருமண நிகழ்ச்சியினை முதற்கண் கூறி, மதுரை மாநகர மக்களின் வாழ்க்கைப் போக்கினை இடையில் சுட்டி, இறுதியில் குன்றமர்ந்த குமரவேளை வாழ்த்தி முடிக்கின்றார்.

நல்லச்சுதனார் என்னும் நல்லாசிரியர் பரிபாடலின் இருபத் தொன்றாம் பாடலில் முருகன் ஊர்ந்தது, தொட்டது, கையது பூண்டது, அமர்ந்தது ஆகிய செயல்களை அழகுற வருணித்துள்ளார். பின்னர் அகப் பொருளை மாண்புற விளக்கிக் கூறி, இறுதியில், "மாற்றாரைப் போரின்கண் கூரிய வேற்படையையும் பன்னிரு தோளை யும் ஆறு திருமுகத்தையும் கொண்டு அடியோடு அழித்த செல்வ! சுற்றத்தோடு ஒருங்கே நின் அடியின்கண் உறைதல் இன்று போல என்றும் எமக்கு இயைவதாக என்று பரவுகின்றோம்; அதற்கு அருள் புரிவாயாக' என்று வேண்டிப் பாடலை முடிக்கின்றார்.

மாறமர் அட்டவை மறவேல் பெயர்ப்பவை
ஆறிரு தோளவை யறுமுகம் விரித்தவை
நன்றமர் ஆயமோடு ஒருங்குநின் னடியுறை
இன்று போல் இயைகெனப் பரவுதும்
ஒன்றார்த் தேய்த்த செல்வநிற்றொழுதே.

-பரிபாடல் 21:66-70

இவ்வாறாகப் பரிபாடலில் சென்வேளைப் பற்றி வந்துள்ள எட்டுப் பாடல்களையும் பாடியுள்ள புலவர் எழு வரும் திருமுருகனின் கோலக் காட்சியினைத் திறம்படப் புனைந்துள்ளனர். அவர்கள் கண்ட காட்சியின் மாட்சி, காய் கதிர்க் காட்சியெனச் சுடர்விட்டு ஒளி வீகி நிற்கின்றது.

5. இளங்கோவடிகள் காட்டும் முருகன்

முருகன் தமிழ்க் கடவுள். முருகு என்றால் அழகு, முருகன் என்றால் அழகன் என்று பொருள். பழந்தமிழ் இலக்கியங்கள் எல்லாம் முருகனைப் பரவிப் போற்றுகின்றன. தமிழில் உள்ள நூல்களில் மிகப் பழமையாகக் கருதப்படுவது தொல்காப்பியமாகும். அந்நூல் ஓர் இலக்கண நூல் என்பது வெள்ளிடை மலை. அந்நூலிலேயே முருகன் குறிஞ்சி நிலத்திற்குத் தெய்வமாகக் குறிக்கப் பெறுகிறான். இதனைத் தொல்காப்பியனார், 'சேயோன் மேய மைவரை யுலகமும்' என்று குறிப்பிடுகின்றார். மலையும் மலையைச் சார்ந்த இடமும் குறிஞ்சி எனப்படும். குன்று தோறும் முருகன் கோயில் கொண்டுள்ளான். குன்றுதோறாடல் முருகனுக்குரிய அறுபடை வீடுகளில் ஒன்றாகும். குன்று தோறும் முருகன் ஆடி வருகிறான்.

நாட்டு மக்கள் வாழ்வினையும் அவர் தம் ஆடல் பாடல் முதலான கலைகளையும் நன்கு கண்டவர் இளங்கோவடிகள். அது பொழுது வழங்கிய நாட்டுப் பாடல்களுக்கும் ஆடல்களுக்கும் இலக்கியத்தில் சிறப்பான இடம் தந்த முதல்வர் அவர். இளங்கோவடிகள் குன்றத்தில் வாழும் குறமகளிர் முருகனைப் பரவிப்பாடி மகிழ்ந்தமையைச் சிலப்பதிகாரத் தில் செவ்விதின் உணர்த்துகின்றார்.

இளங்கோவடிகள் சமயவொற்றுமையை விரும்பியவர். எச் சமயத்தினையும் ஒத்து நோக்கும் இனிய இயல்பினர். அவர்தம் நூலில் பல்வேறு சமயக் கடவுளர்களையும் குறிப்பிடுகின்றார். பலவிடங்களில் சிவபெருமானைப் புகழ்ந்து பேசுகின்றார். அருகக் கடவுளைக் கவுந்தியடிகள் வாயிலாகப் புகழ்கின்றார்.ஆய்ச்சியர் குரவையில்

'கரியவனைக் காணாத கண்ணென்ன கண்ணே' என்று திருமாலுக்கு ஏற்றம் தருகின்றார். வேட்டுவ வரியில் வேட்டுவர்கள் காளிக்கு வழிபாடு ஆற்றுவதைக் காட்டுகின்றார். வஞ்சிக் காண்டத்தின் முதற்காதையான குன்றக் குரவையில் முருகனின் பெருமையைப் பலப்படப் புகழ்ந்து கூறுகின்றார். முருகன் கோயில் கொண்டு எழுந்தருளியிருக்கும் திருத்தலங்களையும், அவன் சூரபதுமனை வென்றதனையும், சரவணப்பூம் பொய்கையில் பிறந்தமையையும், ஓராறு முகமும் ஈராறு கையுமாய் எழுந்தருளும் தோற்றத்தினையும் அவன் தன் அழகுக் கரத்தில் காணப்படும் வேலினையும் இனிமையுற எடுத்து மொழிகின்றார். இனி, குன்றக் குரவையில் இளங்கோவடிகள் காட்டும் முருகனைப் பற்றிய செய்திகளைக் காண்போம்.

குன்றுவாழ் குறமகளிர் புனலில் மூழ்கி விளையாடுகின்றனர். பின்னர் முருகனை வாழ்த்திக் குரவைப் பாட்டுப் பாடுகின்றனர். சூரபதுமனை வென்ற வேலவனின் வெற்றியை விளம்புகின்றனர்:

உரையினி மாதராய் உண்கண் சிவப்பப்
புரைதீர் புனல்குடைந் தாடினோ மாயின்
உரவுநீர் மாகொன்ற வேலேந்தி யேத்திக்
குரவை தொடுத்தொன்று பாடுகம்வா தோழி.

- சிலம்பு : குன்றக் குரவை: 7

பின்னர் அவர்கள் தெய்வம் பராவு முகத்தான் மூன்று பாடல்கள் பாடுகின்றனர். "பெரிய கடலின் நடுவிடத்தே புகுந்து முன்னொரு காலத்திலே சூரபதுமனாகிய மாமரத்தை அறுத்த ஒளி உமிழும் வெள்ளிய வேல்,சிறப்பு மிகுந்த திருச்செந்தூர், திருச்செங்கோடு, சுவாமி மலை, ஏரகம் ஆகிய இடங்களைவிட்டு நீங்காத முருகனின் கையிடத்த தாகிய வேலேயாம்" என்கின்றனர்:

சீர்கெழு செந்திலுஞ் செங்கோடும் வெண்குன்றும் ஏரகமு
நீங்கா விறைவன்கை வேலன்றே

பாரிரும் பௌவத்தின் உள்புக்குப் பண்டொருநாள்
சூர்மா தடிந்த சுடரிலைய வெள்வேலே

- சிலம்பு : குன்றக் குரவை : 8

இப் பாட்டில் குறிப்பிடப்பெறும் செந்தில் திருச்செந்தூராகும். இதனைப் புறநானூறு,

வெண்டலைப் புணரி யலைக்குஞ் செந்தில்
நெடுவேல் நிலைஇய காமர் வியன்றுறை

-புறநானூறு 55: 18-19

என்று குறிக்கின்றது. இத்தலம் திருச்சீரலைவாய் என்று திருமுருகாற்றுப்படையில் கூறப்படுகிறது. வெண்குன்று என்பது சுவாமி மலை என்பர் அரும்பதவுரைகாரர். ஏரகம், 'மலை நாட்டகத் தொரு திருப்பதி' என்பர் நச்சினார்க்கினியர். முருகன், சூர்மா தடிந்த செய்தி,

பத்திரா பதிமிசைப் பனிக்கடற் பிறந்த
வெஞ்சூர் தடிந்த அஞ்சுவரு சீற்றத்து
முருகவேள்......

- பெருங்கதை: 1-42 : 229-31

என்ற பெருங்கதையிலும் கூறப்பெறுகிறது.

அடுத்த பாட்டில், மயில் மீதேறி அசுரர் பெருமையை எல்லாம் அழித்து தேவர்க்கரசனான இந்திரன் போற்றப் பகைவர்களை அழித்த வேல், ஓராறு திருமுகமும் ஈராறு கையுமாய் ஒப்பாரற்று விளங்கும் முருகன் ஏந்திய வேலேயாம் என்கின்றனர் குற மகளிர்:

அணிமுகங்கள் ஓராறும் ஈராறு கையும்
இணையின்றித் தானுடையான் ஏந்திய வேலன்றே
பிணிமுகமேற் கொண்டுஅவுணர் பீடழியும்

வண்ணம்
மணிவிசும்பிற் கோனேத்த மாறட்ட வெள்வேலே.

- சிலம்பு : குன்றக் குரவை : 9

ஈண்டுப் பிணிமுகம் எனப்படுவது மயிலாகும். இதனைக் கல்லாடம்,

பிணிமுக மஞ்ஞை செருமுகத் தேந்திய
மூவிரு திருமுகத் தொருவே லவற்கு

-கல்லாடம்:7:7-8

என்று குறிப்பிடுகிறது. பிணிமுகம் என்பதற்கு 'முருகக் கடவுள் ஊரும் யானை' என்றும் பொருள் உரைப்பர். இதனைச் 'சேயுயர் பிணிமுக மூர்ந்து' என்று பரிபாடல் கூறும்.

இறுதிப் பாட்டில் மலையினைச் சூழவரும் அசுரனின் நெஞ்சு பிளக்கக் கிரவுஞ்ச மலையினை அழித்த நெடிய வேல், சரவணப் பொய்கையில் தாமரை மலர்ப்படுக்கையில் கார்த்திகைப் பெண்டிராம் தாய்மார் அறுவரின் திருமுலைப் பாலினை உண்ட முருகனுடைய அழகிய கையிலுள்ள வேலேயாம் என்று குறமகளிர் துதித்து நிற்கின்றனர்:

சரவணப்பூம் பள்ளியறைத் தாய்மா றறுவர்
திருமுலைப்பால் உண்டான் திருக்கைவே லன்றே
வருதிகிரி கோலவுணன் மார்பம் பிளந்து
குருகுபெயர்க் குன்றங் கொன்ற நெடுவேலே.

-சிலம்பு : குன்றக் குரவை : 10

சரவணப் பூம்பொய்கையில் கார்த்திகைப் பெண்டிரால் திருமுருகன் வளர்க்கப்பட்ட செய்தியினை,

நெடும் பெருஞ் சிமையத்து நீலப் பைஞ்சுனை
ஐவருள் ஒருவன் அங்கை ஏற்ப
அறுவர் பயந்த ஆறமர் செல்வ

-திருமுருகு:253-55

என்று திருமுருகாற்றுப்படை பேசுகின்றது. 'குருகு பெயர்க் குன்றம் கொன்றோன்' என மணிமேகலை முருகனைப் பற்றிக் குறிப்பிடுகின்றது.

வேலனார் வந்து வெறியாடும் வெங்களத்து
நீலப் பறவைமேல் நேரிழை தன்னோடும்
ஆலமர் செல்வன் புதல்வன் வரும் வந்தால்
மால்வரை வெற்பன் மணவணி வேண்டுதுமே.

கயிலைநன் மலையிறை மகனைநின் மதிநுதல்
மயிலியன் மடவரன் மலையர்தம் மகளார்
செயலைய மலர்புரை திருவடி தொழுதேம்
அயன்மணம் ஒழியருள் அவர் மணம் எனவே.

மலைமகள் மகனைநின் மதிநுதல் மடவரல்
குலமலை யுறைதரு குறவர்தம் மகளார்
நிலையுயர் கடவுள்நின் இணையடி தொழுதேம்
பலரறி மணம்அவர் படுகுவர் எனவே.

குறமகள் அவள்எம் குலமகள் அலளொடும்
அறுமுக பொருவன்நின் அடியிணை தொழுதேம்
துறைமிசை நினதிரு திருவடி தொடுநர் பெருகநன்
மணம்விடு பிழைமணம் எனவே.

- சிலம்பு : குன்றக் குரவை : 15-18

இவ்வாறாகக் குறமகளிர் 'நீலப் பறவைமேல் நேரிழை தன்னோடும் ஆலமர் செல்வன் புதல்வன்' வரவேண்டும் என வேண்டுகின்றனர். குறமகளும் குறவர் தம் குலமகளு மாகிய வள்ளிநாயகியைப் பரவுகின்றனர். இவ்வண்ணம் 'ஆறிரு தடந்தோளினையும் அறுமுகத்தினையும், வெற்பைக் கூறு செய் தனி வேலினையும், செவ்வேள் ஏறிய மஞ்ஞை யினையும், மாறிலா வள்ளியினையும் வாயாரப் புகழ்ந்து

நெஞ்சாரத் துதித்துக் குன்றுவாழ் குறவர்கள் வழிபடு கின்றனர்.

6. கச்சியப்பர் காட்டும் முருகன்

உலகின் பழம்பெரும் சமயம் சைவ சமயமாகும். மொகஞ்சதாரோ அரப்பா இடிபாடுகளுக்கிடையில் ஒரு சிவலிங்கம் கிடைத்தது. எனவே கிறித்து பிறப்பதற்கு ஐயாயிரம் ஆண்டுகளுக்கு முன்னரேயே வட இந்தியாவில் சிந்து கங்கைச் சமவெளிகளில் சிவபெருமான் வழிபாடும் வணக்கமும் இருந்திருக்க வேண்டும் என்று அறிய வருகிறோம்.

எனவேதான் 'சைவ சமயமே சமயம்' என்றும், சைவத்தின் மேற் சமயம் வேறிலை' என்றும் இச்சமயம் சிறப்பிக்கப்படுகின்றது. இவ்வாறு பழமையும் பெருமையும் கொண்ட இச் சமய உண்மைகளை உலகிற்கு உணர்த்துவான் வேண்டித் திருமுறைகளும் புராணங்களும் எழுந்தன. சைவத் திருமுறைகள் எனப்படும் பன்னிரு திருமுறைகளாம் சைவ புராணங்களுள் சொல்லழகு, பொருளழகு, நடையழகு கனி சிறந்து கவிதைச் சிறப்புத் துலங்கும் புராணங்கள் மூன்றாகும். அவையாவன; திருத்தொண்டர் புராணம் என வழங்கும் பெரிய புராணம், சிவபெருமானின் அறுபத்து நான்கு திருவிளையாடல்களைக் குறிக்கும் திருவிளையாடற் புராணம், கந்தவேளின் கதையினை எடுத்து மொழியும் கந்த புராணம் என்ற மூன்றுமாம்.

வேத சிவாகமங்களின் பிழிவாய் வடமொழியில் நின்றிலங்கும் நூல் ஸ்காந்தமாகும். அதனுள் ஒரு பிரிவு சங்கர சங்கிதை எனப்படும். அதில் முதன்மையான பகுதி சிவ ரகசிய கண்டமாகும் அஃது உற்பத்தி காண்டம், அசுர காண்டம், மகேந்திர காண்டம், யுத்த காண்டம், தேவ காண்டம், தட்ச காண்டம், உபதேச காண்டம் என ஏழு காண்டங்களைத்

தன்னகத்தே கொண்டுள்ளது. இவ்வேழு காண்டங்களில் முதல் ஆறு காண்டங்களைத் தூய ஆற்று நீரோட்டம் போன்று தமிழ் நடை அமையும் வண்ணம் தமிழில் இயற்றியருளியவர் கச்சியப்ப சிவாசாரிய சுவாமிகள் ஆவர்.

கச்சியப்பர் காஞ்சிபுரத்தினர்; சிவநெறி மறவாத சிந்தையர்; தம் வழிபடு கடவுளாக முருகப் பெருமானைக் கொண்டவர். இதனை இவர் 'என் உளத்தின் உலவும் சிவன் உமைக்கினிய மைந்தன்' எனத் தம் நூலில் குறிப் பிட்டுள்ளமை கொண்டு அறியலாம். இவருடைய தந்தையார் பெயர் காளத்தியப்ப சிவாசாரியர் என்பது. மேலும் இவர் வேதம், ஆகமம், அங்கம் ஆகிய அனைத்து நூல்களையும் பழுதறக் கற்ற புலமையாளர் ஆவர். இவர் காஞ்சிக் குமர கோட்டத்தில் கந்த புராண நூலினை அரங்கேற்றினார். கந்த புராணம் என்ற பெயர் ஆசிரியராலேயே நூலிற்கு வழங்கப்பட்டது என்பதனை, "காதைக் கெவன் பெயர் என்றிடில். போற்று கந்த புராணம தென்பதே" என்ற இவர்தம் அவையடக்கச் செய்யுள் கொண்டு அறியலாம்.

பெரிய புராணத்தினை இயற்றச் சேக்கிழாருக்குச் சிவ பெருமான் 'உலகெலாம்' என அடி எடுத்துக் கொடுத்தது போன்று, கச்சியப்ப சிவாசாரியரின் கனவில் கந்தவேள் தோன்றி "அன்ப! நமது புராணத்தைத் தமிழில் தருக" எனக் கட்டளையிட்டதோடு "திகட சக்கர" என முதலும் எடுத்துத் தந்து மறைந்தனர் எனவும் கர்ண பரம்பரைச் செய்தியொன்று உலவுகின்றது.

இத்தகு தெய்வத் தொடர்பு கொண்ட நூலின்கண் கச்சியப்ப சிவாசாரியர் கந்தவேளின் பிறப்பு வளர்ப்பு வரலாற்றினையும், சூரனை ஒழித்துத் தேவர் துயர் களைந்து, இந்திரன் வளர்த்த தேவானையைக் கற்பில் கொண்டு, வள்ளி மலையில் நம்பிராசன் மகளாய் வளர்ந்த வள்ளியைக் களவிற் கொண்டு அடியவர்க்கு அருளிய வரலாற்றினையும் சிறப்பாகக் குறித்துள்ளார். இனிக் கச்சியப்பர் காட்டும் முருகனைக் காண்போம்.

பாயிரத்தில் வரும் காப்புச் செய்யுளில் 'சுப்பிரமணியர் காப்பு' என்று காணும் பாடலிலேயே கச்சியப்பர் காட்டும் முருகனின் தோற்றப் பொலிவு தூய்மையுடன் துலங்குகின்றது. மூவிரு முகங்களிலும் கருணை பொங்குகின்றது; ஈராறு தோள்களை யாவரும் ஏத்திப் புகழ்கின்றனர். செவ்வேளின் மலரடியினையும், திருக்கையில் விளங்கும் சேவற் கொடியினையும், ஏறி அமர்ந்திருக்கும் ஊர்தியாகிய மயிலினையும்,திருக்கையில் சுடர் விட்டிலங்கும் வேலினையும் போற்றிப் பரவுகின்றார் கச்சியப்பர். அவ் அழகிய துதிப்பாடல் வருமாறு:

மூவிரு முகங்கள் போற்றி
முகம்பொழி கருணை போற்றி
ஏவருந் துதிக்க நின்ற
வீராறுதோள் போற்றி காஞ்சி
மாவடி வைகுஞ் செவ்வேள்
மலரடி போற்றி யன்னான்
சேவடி மயிலும் போற்றி
திருக்கைவேல் போற்றி.

இப்பாடலில் கந்தவேளையே நம் மனக் கண்முன் கொண்டுவந்து காட்டுகின்றார் கச்சியப்பர்.

திருக்கைலாயத்தில் உமையை மணந்து சிவனைத் தேவர்கள் கண்டு வணங்கி, தாங்கள் அசுரர்களால் படும் தொல்லைகளை விரித்தெடுத்துரைத்து ஒருவரம் வேண்டினர். தங்கள் துயர் தீர்க்க, சூரனை மாய்க்க ஓர் குமரன் தன்னைத் தரவேண்டும் என்றார்கள். கறைமிடற்று அண்ணலும் அமரர்தம் வேண்டுகோளுக்கு மனமிரங்கினான். சரவணப் பொய்கையில் சண்முகன் தோற்றம் கொள்கிறான். முருகப் பெருமானின் திருவவதாரத்தினைக் குறிப்பிடும் கச்சியப்பரின் திருப்பாடல் கவிதை வளம் செறிந்துள்ளது; பக்திப் பெருக்கு நிறைந்துள்ளது. அப்பாடல் வருமாறு:

அருவமும் உருவும் ஆகி
அநாதியாய்ப் பலவாய் ஒன்றாய்
பிரமமாய் நின்ற சோதிப்
பிழம்பதோர் மேனி யாகக்
கருணைகூர் முகங்கள் ஆறும்
கரங்கள்பன் னிரண்டும் கொண்டே
ஒருதிரு முருகன் வந்தாங்கு
உதித்தனன் உலகம் உய்ய.

-கந்த புராணம் : உற்பத்தி காண்டம்: 92

மறைகளாலும், அவற்றின் முடிவாலும் வாக்காலும் மனத்தாலும் அளக்க முடியாமல் யாண்டுமாய், எங்குமாய், எல்லாமாய் நிறைந்திலங்கும் நிமல மூர்த்தி 'அறுமுக வுருவாய்த் தோன்றி அருளொடு சரவ ணத்தின் வெறிகமழ் கமலப் போதில் வீற்றிருந்தருளி னான்' என்று கச்சியப்பர் காட்டுவர். இவ்வாறு பிறந்த குழந்தைக்குக் 'கந்தன்' என்று பெயர் இடப்பட்டது. ஓமெனப்படும் ஓரெழுத் துண்மையை உணராத பிரமனைக் குட்டிச் சிறையிட்டுப் படைப்புத் தொழிலைத் தானே மேற்கொண்டான் முருகன். விதி முதல் உரைக்குஞ் செயலினுக் கெல்லாம் ஆதியாய் அவதரித்த செவ்வேளுக்கு அயன் தொழில் ஒன்றும் அற்புதம் இல்லை எனும்படி, 'பல்லுயிர்த் தொகை படைப் பதனைப் பரிவால்' நினைந்தனன். தந்தைக்குப் பிரணவத் தின பொருளை உபதேசித்துச் 'சாமிநாதன்', 'குருசாமி'', என்ற பெயர் பெற்றான் முருகன்.

தேவர்களுக்கு இன்னல் இழைத்த சூரபன்மனைத் தொலைக்கப் போர் வேடந் தாங்கித் துணைவருடன் அமர்க்களம் நண்ணிய அண்ணலைத் தன்னிரு விழியாற் கண்டான் தானவர்க் கிறைவன். சூரனெனும் அவுணர் கோமான் தொல்லை நாள் நோற்றிருத்தல் வேண்டும். ஏன்? அவள் கண்ட காட்சியின் மாட்சியினைக் கச்சியப்பர் வாக்காலேயே காண்போம்:

முண்டக மலர்ந்த தன்ன
மூவிரு முகமுங் கண்ணும்
குண்டல நிரையுஞ் செம்பொன்
மவுலியுங் கோல மார்பும்
எண்டரு கரமீ ராறும்
இலங்கெழிற் படைகள் யாவுந்
தண்டையுஞ் சிலம்பும் ஆர்க்குஞ்
சரணமுந் தெரியக் கண்டான்.

-கந்த புராணம்: இரண்டாநாட்: 235

இவ்வடிவு தெரியக் கண்ட சூரனின் தவத்தின் பேற்றினை யாரால் அறிந்து உரைக்க முடியும்? போருக்குப் பொருக்கென வந்த சூரனுக்கு எளிகாய்த்தன் வடிவம் காட்டியருள் செய்த ஆதியங் குமரனின் மாயத் திருவிளையாடல் இதுவாகும்.

பலவாறும் போர் செய்து களைத்த சூரன் இறுதியில் அழிவுற்றான். உடல் இருகூறாகிச் சேவலும் மயிலுமானது மாயையின் மைந்தன் தீயவை புரிந்தவனாயினும் திருமுருகன் திருமுன் உற்றதால் அவனருள் பெற்றுய்ந்தான். இதனைக் கச்சியப்பர்.

தீயவை புரிந்தா ரேனுங்
குமரவேள் திருமுன் உற்றால்
தூயவராகி மேலைத்
தொல்கதி யடைவர் என்கை
ஆயவும் வேண்டுங் கொல்லோ
அடுசமர் இந்நாட் செய்த
மாயையின் மகனும் அன்றோ
வரம்பிலா அருள்பெற் றுய்ந்தான்

- கந்த புராணம் : சூரபன்மன் வதைப்படலம் : 496

என்று நயம்பட நவிலுகின்றார். பின்னர்ச் சேவல் கொடி யாயிற்று; மயில் ஊர்த்தியாகி முருகனைச் சுமந்தது.

அமரர் சிறை மீட்டுத் துயர் களைந்த குமரேசனுக்கு அமரேசன் தான் வளர்த்த தெய்வ யானையைத் திருப்பரங் குன்றத்திலே சிறப்புடன் மணம் செய்து கொடுத்தான். யாவரும் மகிழ்ந்திட மன்றல் இனிதே நடந்தது.

கற்பால் விண்ணுலக மடந்தை தெய்வ யானையைக் கொண்ட முருகன் களவால் வள்ளிமலைச் சாரலில் பிறந்து வளர்ந்து வரும் வள்ளியைச் சென்று வேலன் வடிவிலே காணுகின்றான்.

தினைப்புனத்தைக் காவல் காக்கும் வள்ளியின் வனப்பில் மனத்தைப் பறிகொடுத்த மால்மருகன் முருகன் வள்ளியிடம் தன் காதல் நிறைவேற எளிவந்து இரக் கின்றான். 'ஒரு பேச்சுப் பேசு' என்கின்றான். இன்றேல் ஒரு புன்னகை வேண்டும் என்கின்றான். அதுவும் இன்றேல் சற்றுக் கடைக்கண்ணாவது காட்டவேண்டும் என்று கேட்கின்றான். அதுவும் அருளவில்லை என்றால் அவனுடைய காதல் கனல்விட்டு எரியும் என்றும், எனவே பிழைத்துப் போகும் வழியையாவது மனம் வைத்துக் காட்ட வேண்டும் என்றும், அல்லது மனமாவது சிறிது தன்பால் நெகிழ வேண்டும் என்றும், இவற்றுள் ஒனறேனும் நிகழாவிடில் பழியை வள்ளிபால் வைத்து இறந்துபடுவேன் என்றும் கூறி, முருகன் வள்ளி பாரா முகமாய்த் தன்பாலிருக்கக் கூடாது என்றும் குறிப்பிடுகின்றான்.

மொழியொன்று புகலா யாயின்
முறுவலும் புரியா யாயின்
விழியொன்று நோக்கா யாயின்
விரகமிக் குழல்வேன் உய்யும்
வழியொன்று காட்டா யாயின்
மனமுஞ்சற் றுருகா யாயின்

பழியொன்று நின்பாற் சூழும்
பராமுகந் தவிர்தி யென்றான்.

-கந்தபுராணம் வள்ளியம்மை: 72.

இவ்வாறு கூறிப் பின்னர் வள்ளியை வலிந்து மணம் செய்து தணிகைமலை உறையும் கோலக் குமரனைச் சிறக்கப் பின்வருமாறு வாழ்த்துகின்றார் கச்சியப்பர்:

ஆறிரு தடந்தோள் வாழ்க
அறுமுகம் வாழ்க வெற்பைக்
கூறுசெய் தனிவேல் வாழ்க
குக்குடம் வாழ்க செவ்வேள்
ஏறிய மஞ்ஞை வாழ்க
யானைதன் அணங்கு வாழ்க
மாறிலா வள்ளி வாழ்க
வாழ்கசீர் அடியார் எல்லாம்.

கச்சியப்ப சிவாசாரியரின் இந்த வாழ்த்துப் பாடல் இலக்கிய உலகின் இணையற்ற பாடலாகும். இத்தகு ஞாலம் புகழும் கோலக் குமரனின் 'வன்காதை தன்னைச் சொற்றாரும் ஆராய்ந்திடுவாரும், கற்றாரும் கற்பான் முயல்வாரும் கசிந்து கேட்கல் உற்றாரும்' வீடு பேறு பெறுவர் என்று கூறிக் கந்த புராணத்தை முடிக்கிறார் கச்சியப்ப முனிவர்.

கச்சியப்பர் காட்டும் முருகன் செறுநரைத் தேய்த்து உறுநரைக் காத்து, வேண்டுவோர்க்கு வேண்டுவன ஈயும் கருணை வள்ளலாகக் காட்சியளிக்கிறான் என்பது வெளிப்படை. நூலின் முடிவில் இடம்பெறும் கச்சியப்பரின் வாழ்த்துப்பாடல் விழுமியது; உலகம் வாழவேண்டும். என்னும் உயர் கருத்துடன் ஒளிர்வது.

வான்முகில் வழாது பெய்க!
மலிவளம் சுரக்க; மன்னன்
கோன்முறை அரசு செய்க!
குறைவிலா துயிர்கள் வாழ்க!

நான்மறை அறங்கள் ஓங்க!
நற்றவம் வேள்வி மல்க!
மேன்மைகொள் சைவ நீதி
விளங்குக உலக மெல்லாம்.

7. அருணகிரிநாதர் காட்டும் முருகன்

நினைக்கவே முத்திதரும் தலம் திருவண்ணமலையாகும். கி.பி.1450 ஆம் ஆண்டில் விஜய நகரத்தை ஆண்ட பிரபுடதேவராயர் காலத்தவர் அருணையம்பதியில் உதித்த அருணகிரியார். இளமையிலேயே திருமுருகாற்றுப்படை, தேவாரம், திருவாசகம், திருமந்திரம், திருக்குறள், யாப்பருங்கலக் காரிகை முதலிய நூல்களை நன்கு கற்றார். சிறு பிரபந்தங்களாகிய உலா, கலம்பகம், கோவை, சிந்து, தூது, பரணி, மடல், ஏசல், மாலை முதலிய நூல்களை நன்கு பயின்றார். எனவே முற்றுக் கற்றுத் துறைபோய புலவராய் விளங்கினார்.

செல்வர்கள் மீது துதி பாடிப் பொருட் பரிசு பெற்று அப்பொருளினைப் பொருட் பெண்டிர்பால் தந்து காமுகராக இளமையில் இருந்தார் என்று இவர் நூல் கொண்டு அகச் சான்றாய்க் கூறுவர். ஆயினும் மாணிக்கவாசகர் போன்ற பெரியவர்கள் தங்களை இழிந்தவர்களாகக் கூறிக் கொண்டு தங்களுக்கும் எளிவந்த இறைவனின் இணையிலாக் கருணையை நன்றிப் பெருக்குடன் நினைந்து பாடுவதுண்டு. அம்முறையிலும் இவர் பாடல் அமைந்தனவாகலாம். பெரியவர் ஒருவர் தம் உபதேசத்தால் இவர் மனந் திருந்தினார் என்றும் கூறுவர். இப் பெரியவர் பெயர் பெரிய குணதரர் என்பர். சிவபிரானை இவர் திருச்சிராப்பள்ளித் திருப்புகழில், "திரிசிர குன்றில் தெரிய இருந்த பெரியவர் தந்த சிறியவ" (திருப்: 3-42) என்று குறிப்பிட்டுள்ளமை கொண்டு திருவண்ணாமலையிற் கோயில் கொண்டு எழுந் தருளியிருக்கும் உண்ணாமலை யுமையாளோடு உடனாகிய ஒருவனாகிய அருணாசலம் எனப்படும் அருணாசலேசுவரர் என்றும் அறிஞர் குறிப்பிடுவர், 'வேசையர் மயல் மேலாய்

வெடுக் கெடுத்து மகாபிணி மேலிட முடக்கி வெட்கு மதாமத விணன்' எனத் தம்மைத் தம் பாடலில் குறிப்பிட்டுக் கொள்ளும் இவர் முருகப் பெருமானுக்கு வழிவழித் தொண்டாற்றும் குலத்தினில் வந்தவராதலால் 'ஏழைத் தொழும்பனேன், எத்தனையோ காலமெல்லாம் பாழுக் கிறைத்தேன் பரம்பரணைப் பணியாதே' என்று, காதலாகிக் கசிந்து கண்ணீர் மல்கப் பாடிய மாணிக்கவாசகர் போன்று, "சிங்கார மடந்தையர் தீநெறி போய் மங்காமல் எனக்கு வரந் தருவாய்" என்று முருகப் பெருமானை வேண்டித் திருவண்ணாமலை பெரிய கோபுரத்து வடவாயிலில் தவங் கிடந்தார். அறுமுகன் தனக்குப் பன்னாள் ஆகியும் திருவருள் சுரக்கவில்லையே என மனம் கவன்ற இவர் அருணைத் திருக்கோயிலின் கோபுரத்தின் மீதேறிக் குதித்துத் தம் உயிரை மாய்க்க எண்ணி, எண்ணியவாறே செயல்பட்டனர்.

அடியவர்க்கு அருளவரும் அறுமுகனும் அன்பருக்கு யாதொரு ஊஊறும் நேரிடாது தமது திருக் கரத்தால் தாங்கிப் பிடித்து 'அஞ்சல்' ஓம்புமதி' என அபயம் அளித்தனர். 'நாதன்' என்ற பட்டத்தினையும் அளித்தனர். இதனை அருணகிரியார் 'அகமதை எடுத்த சேமம் இதுவோ என் றடியனுநினைத்து நாளும், உடலுயிர் விடுத்தபோதும் அணுகி' என்று தம் திருப்புகழில் குறிப்பிட்டுள்ளார். "சும்மா இரு; சொல்லற" என்ற மௌன உபதேசமும் முருகன் மொழிந்தார்; பின்னர், 'நமது பாத மலரைப் பாடுக' என்று அருணகிரியாருக்குக் கட்டளையிட்டார். 'எங்ஙனம் ஏழையேன் தங்களைப் பாடுவேன்' என்ற அருணகிரியாருக்கு முத்தைத் தரு பத்தித் திருநகை' என்று அடியெடுத்துக் கொடுத்தார் தமிழ்த் தெய்வமாம் முருகன். முருகன் திருவருளையே துணையாகக் கொண்ட அருணகிரியாரும் 'முத்தைத் தரு பத்தித் திரு நகை' எனத் தொடங்கும் பின்வரும் சந்தப் பாடலைப் பாடினார்:

முத்தைத் தரு பத்தித் திருநகை
அத்திக்கிறை சத்திச் சரவண
முத்திக்கொரு வித்துக் குருபர
எனவோதும்

முக்கட்பர மற்குச் சுருதியின்
முற்பட்டது கற்பித் திருவரு
முப்பத்துமு வர்க்கத் தமரரு
மடிபேணப்

பத்துத்தலை தத்தக் கணைதொடு
ஒற்றைக்கிரி மத்தைப் பொருதொரு
பட்டப்பகல் வட்டத் திகிரியி
லிரவாகப்

பத்தற்கிர தத்தைக் கடவிய
பச்சைப்புயல் மெச்சத் தகுபொருள்
பத்தொடு ரக்ஷித்தருள்வது
மொருநாளே

தித்தித்தெய வொத்தப் பரிபுர
நிர்த்தப்பதம் வைத்துப் பயிரவி
திக்கொட்கந டிக்கக் கழுகொடு
கழுதாடத்

திக்குப்பரி அட்டப் பயிரவர்
தொக்குத்தொகு தொக்குத் தொகுதொகு
சித்ரப்பவு ரிக்குத் த்ரிகடக
எனவோதக்

கொத்துப்பறை கொட்டக் களமிசை
குக்குக்குகு குக்குக் குகுகுகு
குத்திப்புதை புக்குப் பிடியென
முதுகூகை

கொட்புற்றெழ நட்பற் றவுணரை
வெட்டிப்பலி யிட்டுக் குலகிரி
குத்துப்பட வொத்துப் பொரவல
பெருமாளே.

இவ்வாறு முருகன் அருள் பெற்ற அருணகிரியார் 'அடிநாட்கள் செய்த பிழை நீக்கி என்னை அருள் போற்றும் வண்மை தரும் வாழ்வே' என்று சந்தப் பாக்களால் முருகனை நாடோறும் துதித்துப் பரவி வந்தார்.

அக்காலத்தில் சம்பந்தாண்டான் என்றொரு தேவி உபாசகன் வாழ்ந்து வந்தான். அவன் அருணகிரியாரின் புகழ் பரவுதலைக் கண்டு அழுக்காறு அடைந்தான். அரசன் பிரபுடதேவராயனும் அருணகிரியாரை அழைத்து 'தவச் சிரேட்டரே! தங்களைக் காத்தருளிய கருணாமூர்த்தியான கந்தப் பெருமானை நாங்களும் காணக் காட்டி அருளுக' என வேண்டினான். இது கேட்ட சம்பந்தாண்டான் அரசனிடம் சென்று, "யார் ஒருவர் தாம் வணங்கும் மூர்த்தியை அவைக்கு வரவழைக்கின்றனரோ அவருக்குத்தான் நீங்கள் அன்பு செய்தல் வேண்டும்" என்று கூறினன். அரசனும் இசைந்தனன்; அருணகிரியாரும் 'ஆண்டவன் திருவருள் போல' என்று கூறி இசைந்தனர். சொன்னபடி சம்பந்தாண்டான் தேவியை அழைக்க இயலாமல் தோற்றுப் போனான். அருணகிரியார் 'கந்தப் பொழில் திகழ் குரு மலை மருவிய பெருமாளே! சந்தச் சபைதனில் எனதுளம் உருகவும் வருவாயே' என்று வேண்டி, 'முருகா! இங்குள்ள மன்னன் மனம் மகிழ நீ எதிர் தோன்றி, பாதலத்தில் உள்ள சேடனா ராட, மேரு ஆட, காளி யாட, சிவனாட, பூத வேதாளம் ஆட, ஆட, பிரமன் ஆட, வானுளோர் ஆட, மதியாட, மாமியா ராட, மாமனா ராட, மயிலு மாடி நீ யாடி வரவேணும்' என்ற கருத்துப்பட 'அதல சேடனா ராட' எனத் தொடங்கும் பாடலைப் பாட, முருகப் பெருமானும் திருக்கையில் வேல் தாங்கி, மயில் மீது அமர்ந்து மன்றிலே காட்சியளித்து மறைந்தான். இதனை விருத்தாசலத் திருப்புகழில், "உலகினில் அனைவர்கள் புகழ்வுற அருணையில் ஒரு நொடிதனில் வரு மயில் வீரா" என்று அருணகிரியார் குறிப்பிட்டுள்ளார்.

திருவண்ணாமலையில் சந்தத்திருப்புகழ்ப் பாடல்கள் பல பாடிப் பின்னர்த் தென்திசைப் பயணத்தினை மேற் கொண்டார். திருக் கோவலூர், திருவெண்ணெய் நல்லூர், திருநாவலூர், திருவாமூர், வடுகூர், துறையூர், திருவதிகை, திருப்பாதிரிப் புலியூர், திருமாணிகுழி, தில்லை, திருவேட்களம், சீகாழி முதலிய பதிகளை வணங்கிச் சென்றார். திருவாரூர், சிக்கல், நாகபட்டினம், வேதாரணியம், கும்பகோணம், சுவாமிமலை முதலாய பல திருத்தலங்களைத் தரிசித்து, நாமணக்கும் தமிழில் நல்ல திருப்புகழ்ப் பாடல்களைப் பாடினார். சுவாமிமலையில் பாடிய பாடல்களில் இரண்டு அடிகள் நினைவிற் கொள்ளத் தக்கன. அவை வருமாறு:

பதினாலு லகத்தினில் உற்றுறு பத்தர்கள்
ஏதுநினைத்தது மெத்த அளித்தருள் இளையோனே!

-திருப்புகழ்: *197*

சுராதிபதி மாலயனு மாலொடு சலாமிடு
சுவாமிமலை வாழும் பெருமாளே!

-திருப்புகழ்: *207*

இவ்வாறு பக்திப் பரவசத்தில் பாடிக்கொண்டே அருணகிரியார் தரிசித்த தலங்களின் எண்ணிக்கை மிகப் பலவாகும். அவர் பாத துளி படாத தலமே இல்லை யெனலாம். அவர் திருப்புகழ் பெறாக திருப்பதிகள் ஏதும் இல்லை. திருச்செங்கோட்டின் மலைமீது அமர்ந்துறையும் திருமுருகனைத் தம் இரு கண்ணாரக் கண்டு களித்தார். அருணகிரியார். பின் பாடிப் பரவசமுற்றார். தனக்குப் பிரமன் நாலாயிரம் கண் நல்க வில்லையே என வருந்தினார். அக் கந்தர் அலங்காரப் பாடல் வருமாறு:

மாலோன் மருகனை மன்றாடி மைந்தனை வானவர்க்கு
மேலான தேவனை மெய்ஞ்ஞான தெய்வத்தை

[மேதினியிற்
சேலார் வயற்பொழிற் செங்கோடனைச் சென்று
[கண்டுதொழ
நாலா யிரங்கண் படைத்தில னேயந்த நான்முகனே.

- கந்தர் அலங்காரம்: 90

வில்லிபுத்தூரரொடு வாதிட்டு வென்று அவர் காதினை அறுக்காமல் விட்டு அவருக்கு அருள் செய்தார் என்ற செய்தியும், அவர் அதுபோது பாடிய பாட்டு கந்தரந்தாதியில் வரும் 'திதித்த எனத் தொடங்கும் பாடலாகும் என்றும் கூறுவர். இப்பாடலுக்குப் பொருள் கூற முடியாமல் வில்லிபுத்தூரார் விழித்தாராம். வில்லிபுத்தூரார்தம் செருக்கை யொழித்து அவருக்கு அருள் சுரந்த காரணத் தினாலேயே அருணகிரியார் 'கருணைக் கருணகிரி' எனப் பட்டார் என்பர்.

காசுக்குக் கம்பன் கருணைக் கருணகிரி
ஆசுக்குக் காளமுகி லாவனே!-தேசுபெறும்
ஊழுக்குக் கூத்தன்; உவக்கப் புகழேந்தி
கூழுக்கிங் கௌவையெனக் கூறு

என்ற தனிப்பாடல் இதனை உணர்த்தும்.

ஐயா அருணகிரி அப்பா உனைப்போல
மெய்யாக ஓர் சொல் விளம்பினவர் யார்

என்றும்,

எந்தையருள் நாடி இருக்கும் நாள் எந்நாளோ?

என்றும் தாயுமான தயாபரர் அருணகிரிநாதரின் அருட்பெருக்கினை வியந்து போற்றியுள்ளார். அருணகிரி யாரும் வில்லிபுத்தூராரும் சம காலத்தவர் அல்லர் என்றும் எனவே இச் செய்தி கற்பிதமே என்றும் மறைந்த கல்வெட்டறிஞர் திரு. சதாசிவ பண்டாரத்தார் அவர்கள் தம் நூலிற் குறிப்பிட்டுள்ளார்.

அருணகிரியார் பாடிய பிற நூல்கள் கந்தர் அலங்காரம், கந்தர் அந்தாதி, திருவகுப்பு, கந்தர் அநுபூதி முதலியனவாகும்.

இத்தகு பெரியார் முருகனிடம் வேண்டுவது பின்வருவனவாகும்.

உன்புகழே பாடி நானினி அன்புட னாசார பூஜை [செய்து
உய்ந்திட வீணாள் படாதருள் புரிவாயே.

-திருப்புகழ்: *66*

ஆறெழுத்தை நினைந்து குகாகுகா என
வகை வராதோ,

-திருப்புகழ்: *326*

உனது பொற்சரணம் எப்பொழுதும்
நட்பொடு நினைத்திட அருட் டருவாயே.

-திருப்புகழ்: *672*

மறவாதுன் நாமம் புகழ்பவர் பாதந் தொழஇனி
நாடும்படி யருள் புரிவாயே.

- திருப்புகழ்: *1038*

நோய்கள் பிறவிகள் தோறும் எனை
நலியாதபடி உனதாள்கள் அருள்வாயே.

-திருப்புகழ்: *260*

யான் அவா அடங்க என்று பெறுவேனோ.

-திருப்புகழ்: *739*

இறைவா எதுதா அதுதா.

- திருப்புகழ்: *834*

அந்தகனும் எனையடர்ந்து வருகையினில்
அஞ்சல் எனவலிய மயில்மேல் நீ - அந்த
[மறலியொடு
உகந்த மனிதன் நமதன்பன் எனமொழிய
[வருவாயே.

-திருப்புகழ்: 70

காலன்... என தாவி தனையே குறுகி வருபோது
ஆதிமுரு காதிமுரு காதிமுரு கா எனவும்
ஆதிமுரு காநினைவு தருவாயே.

-திருப்புகழ்: 1242

வாழி! இனிப்பிறவாது நீ யருள்புரிவாயே.

-திருப்புகழ்: 1204

இவ்வாறு தணிகைமணி திரு. வ.சு.செங்கல்வராய பிள்ளை அவர்கள் திருப்புகழை நன்கு கற்று ஆய்ந்து அருணகிரியார் மனக்கிடக்கையை 'அருணகிரிநாதர்' என்ற தம் நூலில் புலப்படுத்தியுள்ளார்கள்.

எனவே முருகனை முழுமனதுடன் வழுத்தினால் பிறவா யாக்கை தந்து போருள் சுரப்பான் என்பது திண்ணம்.

உருவாய் அருவாய் உளதாய் இலதாய்
மருவாய் மலராய் மணியாய் ஒளியாய்க்
கருவாய் உயிராய்க் கதியாய் விதியாய்
குருவாய் வருவாய் அருள்வாய் குகனே.

-கந்தரநுபூதி : 51

8. குமரகுருபரர் காட்டும் முருகன்

திக்கெலாம் புகழும் திருநெல்வேலியிலே தாமிரபரணி ஆற்றின் வடகரையில் ஸ்ரீ வைகுண்டம் என்ற அழகுத் திரு நகரின் வடபால் ஸ்ரீ கைலாசம் என்றொரு பகுதியில் சைவ வேளாளர் குடும்பம் ஒன்று வாழ்ந்து வந்தது. முருகனின் பழவடியாராய் விளங்கியது அக் குடும்பம். முருகன் திருவடியார் என்பதற்கேற்பத் தண்டாத தமிழ்ப்புலமையும். அக் குடும்பத்திற்கு மிக்கிருந்தது. இக்குடும்பத்தில் வந்த சண்முகசிகாமணிக் கவிராயருக்கும் அவர்தம் அருமை மனையாட்டி சிவகாமசுந்தரி அம்மைக்கும் பிறந்தது ஓர் ஆண் குழந்தை. அக்குழந்தையே நம் குமரகுருபரர்.

ஐந்து வயது வரையிலே பிறந்த குழந்தை ஒன்றும் பேசாமல் ஊமையாக இருந்தால் பெற்றோர்க்கு எப்படி இருக்கும்? அவர்கள் மனம் அலையிடைத் துரும்பெனக் கலங்கியது. பெற்றோர்கள் குழந்தையைத் திருச்செந் தூருக்கு எடுத்துச்சென்று, செந்திலாண்டவன் சந்நிதியில் கிடத்திப் பாடுகிடந்தனர். கந்தவேளின் கருணை மழையால் பேசாத குழந்தை பேசிற்று; பேசமட்டுமா செய்தது? கல்வி கேள்வியிற் சிறந்து கவி பாடவும் தொடங்கிற்று.

செந்திற்பதிவாழ் கந்தவேளின் கருணைப் பெருக்கால் பேசும் திறம் பெற்றதால் முதன் முதலாகக் குமரகுருபரர் அப்பெருமான் மீது கந்தர்கலிவெண்பா பாடினார். முருகப் பெருமானும் சிவபெருமானும் வேறல்லர் என்றும், இருவரும் ஒருவரே என்றும் கொள்கையுடையவர் குருபரர். எனவே இவர் கந்தர் கலிவெண்பாவில் சிவனுக்குரிய இயல்புகளை முருகன் மீது ஏற்றிப் பாடியுள்ளார். திரு முருகனின் வடிவழகினைச் சிறப்புறக் கந்தர்கலி

வெண்பாவில் இருபத்தொரு கண்ணிகளில் இவர் வடித்துள்ளார். *(37-57)*

இளம்பருதி நூறா யிரங்கோடி போல
வளந்தருதெய் வீக வடிவும்

என்று அக் 'கைபுனைந் தியற்றாக் கவின்பெறு' வனப்பினைப் புகழ்கின்றார்.

முருகன் சூரனை அழித்த செய்தியினைக் கூறி "மறை முடிவாம் சைவக் கொழுந்தே! தவக்கடலே! வானுதவும் தெய்வக் களிற்றை மணஞ் செய்தோனே" என்று புகழ்ந்து துதிக்கின்றார். இத்தகு சீர் மிகுந்த முருகவேளிடம் குமர குருபரர் இரந்து வேண்டுவன இவையாகும்.

பல்கோடி சன்மப் பகையு மவமிருந்தும்
பல்கோடி விக்கினமும் பல்பிணியும்-பல்கோடி
பாதகமுஞ் செய்வினையும் பாம்பும் பசாசுமடற்
பூதமுந்தீ நீரும் பொருபடையும்-தீதகலா

வெவ்விடமுந் துட்ட மிருகமுத லாமெவையும்
எவ்விடம்வந் தெம்மை யெதிர்ந்தாலும்-அவ் [விடத்தின்
பச்சைமயில் வாகனமும் பன்னிரண்டு திண்டோளும்
அச்ச மகற்று மயில்வேலும்-கச்சைத்
திருவரையுஞ் சீறடியுஞ் செங்கையு மீரா
றருள்விழியு மாமுகங்க ளாறும் - விரிகிரணம்
சிந்தப் புனைந்த திருமுடிக ளோராறும்
எந்தத் திசையு மெதிர்தோன்ற-வந்திடுக்கன்
எல்லாம் பொடிபடுத்தி யெவ்வரமுந் தந்துபுகுந்
துல்லாச மாக வுளத்திருந்து............
கடியேற்கும் பூங்கமலக் கால்காட்டியாட்கொண்
டடியேற்கு முன்னின் றருள்.

-கந்தர் கலிவெண்பா : *111-122*

குமரகுருபரர் முருகன் மீது இயற்றிய மற்றொரு சிறந்த நூல் முத்துக் குமாரசுவாமி பிள்ளைத்தமிழ் ஆகும். இக் காலத்து வைத்தீசுவரன் கோயில் அந்நாளில் 'புள்ளிருக்கும் வேளூர்' என வழங்கியது. மேலும் ஆதிவைத்தியநாதபுரி, கந்தபுரி, குருகூர், சடாயுபுரி, தினகரபுரி, பருதிபுரி, புள்ளூர், வேதபுரி, வேளூர் எனப் பல திருப்பெயர்களும் இத் தலத்திற்கு வழங்கும் என்பது இவர் பாடலால் பெறப்படும். இத் தலத்துறை முருகக் கடவுள் தீராத வினை தீர்த்தருளும் தம்பிரானாக விளங்குகிறார். கடவுள் முத்துக் குமரர் என்றும் சேனாபதி என்றும் வழங்கப்படுகின்றார். இம் முருகப் பெருமான் மீது குமரகுருபரர் பாடிய பிள்ளைத் தமிழே முத்துக் குமாரசுவாமி பிள்ளைத் தமிழாகும்.

இப் பிள்ளைத் தமிழில் செங்கீரைப் பருவத்தில் முருகன் வள்ளியம்மையிடம் கொண்ட காதலைக் குமர குருபரர் நயம்படர் பின்வருமாறு கிளத்துகின்றார்:

கூனேறு மதிநுதற் றெய்வக் குறப்பெண்
குறிப்பறிந் தருகணைந்துன்
குற்றேவல் செய்யக் கடைக்கண் பணிக்கெனக்
குறையிரந் தவடொண்டைவாய்த்
தேனூறு கிளவிக்கு வாயூறி நின்றவன்
செங்கீரை யாடியருளே
செத்துப் பிறக்கின்ற தெய்வங்கள் மணவாளா
செங்கீரை யாடியருளே.

-முத்துக்குமாரசுவாமி பிள்ளைத் தமிழ் : 2:5

பிறிதோரிடத்தில் முருகனைக் கூறும்பொழுது 'அழகு கனிந்து முதிர்ந்த விளங்கனி' எனப் புகழ்கின்றார். மேலும் 'அருள்பொழி திருமுக மசைய வசைந்தினி தாடுக செங் கீரை' என்று முருகனின் கருணைப் பெருக்கினைக் குறிப்பிடுகின்றார்.

தாலப் பருவத்தில் "மலையாள் வயிறு வாய்த்த முழு மணியே தாலோ தாலேலோ" என்று முருகன் பிறந்த உமையம்மையின்

திருவயிற்றினைப் புகழ்ந்துரைக்கின்றார். "தோலாத முத்தமிழ் நாவா" என்றும் குறிப்பிடுகின்றார். மேலும் முருகக் கடவுள் அசுரரொடு போரிடுகையில் இறந்த அவுணர்கள் சூரிய மண்டலத்தை ஊடுருவிச் சென்று வீர சுவர்க்கம் புகுந்து தேவராகித் தேவலோக இன்பத்தைத் தாமும் தவறாது துய்ப்பர் என்றும் குறிப்பிடு கின்றார்.

முத்தப் பருவப் பாடலில், கள்ளைக் குடித்த மகளிர் மயக்கத்தால் வானூர் மதியைத் தேனிறால் என்று கருதி அதனை விரும்ப, மங்கையர்பால் மாறா மையலும் மயக்கமும் கொண்ட ஆடவர் அச் சந்திரனைப் பிடித்துப் பிழியத் தொடங்கும் எல்லையில், சந்திரன் தனக்குரிய தண்டனை இது போதும் என்று கருதி "நான் மகளிர் முகத்திற்கு ஒப்பென்று ஒருபோதும் கூறினே னில்லையே" எனக் குறை யிரந்து விடுபட்டு மகிழ்வான் என்று கற்பனை மிகுந்த பாடலொன்றினைப் புகழ்ந்துள்ளார். அப்பாடலின் ஒரு பகுதி வருமாறு:

துளிதூங்கு மழைமுகிற் படலங் கிழிக்கும்
துகிற்கொடிகள் சோலைசெய்யத்
தோரண முகப்பிற் றவழ்ந்தேறு கலைமதித்
தோற்றத்தை யறுகான்மடுத்
தளிதுங்கு தேனிறா லிதுதம்மின் வம்மினென்
றழிநறா வார்ந்து நிற்கும்
அந்நலார் கைகூப்ப வாடவர் பிழிந்தூற்று
மளவிலப ராதமிதெனா
ஒளிதூங்கு முகமதிக் கொப்பென்கி லேன்விடுதிர்
உயிரொன்று மெனவிடலும்.

-முத்துக்குமாரசுவாமி பிள்ளைத் தமிழ்: 5:7

வருகைப் பருவத்தில் ஓசைநயம் மிகுந்த பாடல்களில் முருகனை வாவெனப் புலவர் விளிக்கின்றார்.

இழுமெ னருவி சொரியு மிமய முதல்வி
புதல்வன் வருகவே

இயலு நடையும் வடிவு மழகு மெழுத
வரியன் வருகவே.

- முத்துக்குமாரசுவாமி பிள்ளைத் தமிழ்:6:1

அம்புலிப் பருவத்தில் முருகனே கண்கண்ட கடவுள் என்று சாதித்துப் பேசுகின்றார் புலவர்:

விழியாக முன்னின்று தண்ணளி சுரந்தவர்கள்
வேண்டிய வரங் கொடுப்பான்
மெய்கண்ட தெய்வமித் தெய்வமல்லாற் புவியில்
வேறில்லை யென்றுணர்தி.

-முத்துக்குமாரசுவாமி பிள்ளைத் தமிழ்:7:6

குமரகுருபரர் சிற்றில் பருவப் பாடலில் சிறுசோறு வேண்டி விளையாடும் இடத்தில் சிற்றில் சிதையாமலிருக்கக் கோருகின்றார்;

பிள்ளை மதிச்செஞ் சடைச்செருகும்
பெருமா னார்க்கு மூலகேழும்
பெற்ற தாய்க்கு நீயருமைப்
பிள்ளை யெனினெம் பேராய
வெள்ள மமைத்த சிறுசோறு
வேண்டி னிடுகே மலதெளியேம்
விளையாடிடத்துச் சிறுகுறும்பு
விளைத்தாற் பொறுக்க விதியுண்டோ

- முத்துக்குமாரசுவாமி பிள்ளைத் தமிழ்:8:7

சிறுபறைப் பருவத்திலே முருகனை 'முத்தமிழ் பயில்பரு திப்பதி' முருகனாகக் காண்கின்றார் குமரகுருபரர்.

இறுதிப் பருவமான சிறுதேர்ப் பருவத்தில் திரு முருகனைத் தீராத வினை தீர்த்த திருமுருகன் என்று கூறிப் பரவி வணங்குகின்றார், முருகன் அருள் பெற்ற அடியவராம் குமரகுருபரர்.

முருகப் பெருமானின் எழுதற்கரிய இயற்கை எழிலினை முருகனடியார்கள் விழிகளிலும் மனத்திலும் எழுதி எழுதி இன்புறுவார்கள் என்பதனை,

வடிவி னழகு மெழுத வரிய
புயமு நறிய செச்சையும்
மருமம் விரவு குரவு மரையின்
மணியு மணிகொள் கச்சையும்

கடவு மயிலு மயிலு மொழுகு
கருணை வதன பத்மமும்
கமல விழியும் விழியு மனமு
மெழுதி யெழுதி நித்தலும்
அடிகளௌனவு னடிகள் பணியு மடியர்

- முத்துக்குமாரசுவாமி பிள்ளைத் தமிழ்: 5-10

என்ற பாடலில் புலப்படுத்தியுள்ளார்.

இப் பாடலைப் படிக்கும்பொழுது முருகளின் அழகுத் திருக்கோலம் நம் கண்முன்னால் வருகின்ற தன்றோ? இதுவே குமரகுருபரர் காட்டும் முருகனின் மாறாத இளைய அழகிய திருக்கோலமாகும்.

9. வள்ளலார் காட்டும் முருகன்

அன்னம் பாலிக்கும் தில்லைப்பதிக்கு வடமேற்கே மருவூர் என்றோர் ஊர் உண்டு. தென்னார்க்காடு மாவட் டத்தில் உள்ள இவ்வூரில் சுபானு ஆண்டு புரட்டாசித் திங்கள் 21-ஆம் நாள் (5-10-1823) ஞாயிற்றுக்கிழமையன்று இராமையா பிள்ளைக்கும் சின்னம்மாளுக்கும் பிறந்த பிள்ளையே நம் அருட்சோதி இராமலிங்க வள்ளலாவர். அவர் பிறந்த வேளையில் ஓர் ஒளி தோன்றியது என்றும், தேவர்கள் பூமாரி பொழிய, அடியவர்களாம் அன்பர்கள் அகமகிழ்ந்தனர் என்றும் கூறுவர்.

பள்ளிப் படிப்பில் இராமலிங்கம் பிள்ளையின் மனம் செல்லவில்லை. ஓதாது உணர்ந்த பெரியவர்கள் ஓர் எல்லைக் குட்பட்ட கல்வியில் கட்டுண்டிருப்பரோ? இளமையில் இராமலிங்கர் தன் அண்ணன் சபாபதிப் பிள்ளையோடு தங்கியிருந்தார். அண்ணன் வாழ்ந்தது தருமமிகு சென்னை யாகும். அவர் குடியிருந்த சென்னை ஏழுகிணறு வட்டத்து வீராசாமிப்பிள்ளைத் தெரு 39ஆம் எண் இல்லத்து மாடியில் அண்ணியாரின் தூண்டுதலால் தாமே கல்வி பயிலத் தொடங்கினார் இராமலிங்கர்.

இராமலிங்கரின் சற்குரு சுவாமிநாதன் என்றும் தகப்பன்சாமி என்றும் குருநாதன் என்றும் குருசாமி என்றும் கூறப்படும் முருகப் பெருமாளே ஆவர். யாவற்றுக்கும் மூலமதாய் விளங்கும் பிரணவப் பொருளினைத் தந்தைக்கே உபதேசித்த பெருமான் அன்றோ அவர்? 'திருவருட்பாப் பெருநூல்' நம் இராமலிங்கர் முருகப்பெருமானைக் கண்ணாடியில் கண்டு அவர் அருளால் ஓதாது ஓதியுணர்ந்தார் என்று குறிப்பிடுகின்றது. அப்பகுதி மட்டும் ஈண்டு அகழ்ந் தெடுத்துத் தரப்படுகின்றது.

"அறையினை அடைந்த நம் பிள்ளைப் பெருமானார் தெய்வ ஆராதனைக்கு வேண்டிய திருவிளக்கு, பழம், திருமலர், சாம்பிராணி, வத்தி,கற்பூரம், கற்கண்டு முதலியவற்றைச் சேகரித்துக்கொண்டு அவ்வறையிலேயே திருவிளக்கை ஏற்றி, ஒரு கண்ணாடியைச் சுவரில் மாட்டி, அக் கண்ணாடிக்கு மாலைசூட்டி, பழம் படைத்து, கற்பூரம் காட்டி கண் இமை கொட்டாது அதனையே உற்று நோக்கினார். அக்கண்ணாடியில் சிறிது நேரத்திற்கெல்லாம் திருத்தணிகைக் கந்தப்பெருமான் திருவுருவம் தெரியலாயிற்று."

தணிகை மலைமீதுறையும் அணிகொள் சேவற்கொடி யோனாம் முருகப்பெருமானைத் தம் முன்னே கண்டவுடன் இராமலிங்கரின் உள்ளம் பொங்கியது ; களிநடமிட்டது; கவிதை மழையும் பொழிந்தது:

சீர்கொண்ட தெய்வ வதனங்கள்
ஆறும் திகழ்கடப்பந்
தார்கொண்ட பன்னிரு தோள்களும்
தாமரைத் தாள்களும் ஓர் கூர்கொண்ட
வேலும் மயிலும்நற்
கோழிக் கொடியும் அருள் கார்கொண்ட
வண்மைத் தணிகா
சலமும் என் கண்ணுற்றதே.

அவர் உள்ளத்தின் உவகை ஊற்றில் ஊறிப்பொங்கிய கவிதையில் ஒன்றே மேலே கண்டது. திருத்தணிகை வேலன்பால் அன்றிலிருந்து ஆராத காதல் கொண்ட அடியவராய் இராமலிங்கர் ஆனார். எனவே தான்

நண்ணேனோ மகிழ்வினொடும் திருத்தணிகை
மலையதனை நண்ணி என்றன்
கண்ணேநீ அமர்ந்தஎழில் கண்குளிரக்
காணேனோ

என்று பின்னாளில் மனங்கசிந்து பாடினார்.

இளவயதிலேயே முருகப்பெருமான் தன்னை ஆட் கொண்ட அன்பின் பெருக்கினை இராமலிங்களின் பின்வரும் திருவாக்குக் கொண்டு தெளியலாம்:

அறியாத பருவத்தே என்னைவலிந் தழைத்தே
ஆடல்செயும் திருவடிக்கே பாடல்செயப் பணித்தார்
வெம்மாலைச் சிறுவரோடும் விளையாடித் திரியும்
மிகச்சிறிய பருவத்தே வியந்துநினை நமது
பெம்மான்என் றடிகுறித்துப் பாடும்வகை புரிந்த
பெருமானே நான்செய்த பெருந்தவ மெய்ப்பயனே.

மேலும் பிறிதொரு பாடலில் இவர்,

ஏதும்ஒன் றறியாப் பேதையாம் பருவத்து
என்னை ஆட் கொண்டெனை உவந்தே
ஓதும்இன் மொழியால் பாடவே பணித்த
ஒருவனே என்னுயிர்த் துணைவா?

என்றும் பாடியுள்ளமை கொண்டும் அறியலாம். இராமலிங்கர் தாம் எழுதிய உரைநடையின் ஒரு பகுதிகொண்டும் இவ்வுண்மையினை நாம் துணியலாம்.

"தனித் தலைமைக் கடவுளே! குமார பருவத்தில் என்னைக் கல்வியிற் பயிற்றும் ஆசிரியர் இன்றியே என் தரத்தில் பயின்று அறிதற்கு அருமையாகிய கல்விப் பயிற்சியை எனது உள்ளகத்தே இருந்து பயிற்றுவித் தருளினீர்.''

இவ்வாறு தமக்கு அருள்புரிந்த அறுமுகனைக் கொம்மிப் பாடலொன்றில் சிறப்புறக் கூறுகின்றார் இராமலிங்கர் :

மாமயி லேறி வருவாண் டி-அன்பர்
வாழ்த்த வரங்கள் தருவாண் டி
தீமையி லாத புகழாண் டி-அவன்
சீர்த்தியைப் பாடி யடியுங்க டி

- சண்முகர் கொம்மி :2

மேலும் அவர்,

பன்னிரு தோள்க ளுடையாண் டி. கொடும்
பாவிகள் தம்மை யடையாண் டி
என்னிரு கண்க ளனையாண் டி-அவன்
ஏற்றத்தைப் பாடியடியுங்க டி

-சண்முகர் கொம்மி :3

என்றும்,

சைவந் தழைக்கத் தழைத்தாண் டி-ஞான
சம்பந்தப் பேர்கொண் டழைத்தாண் டி
பொய்வந்த வுள்ளத்திற் போகாண் டி - அந்தப்
புண்ணியன் பொன்னடி போற்றுங்க டி

-சண்முகர் கொம்மி: 12

என்றும் பாடியுள்ள பாக்களின் சிறப்புச் சொல்லுக் கடங் காதனவாம். திருமுருகனே ஞானசம்பந்தப் பெருமானாகத் தோன்றினார் என்பது பெரியோர் கொள்கை; அருணகிரியார் கொள்கையும் அதுவே. இராமலிங்கர் கொள்கையும் அருணகிரியாரை யொட்டியே அமைந்திருந்தது என்பது மேலே கண்ட பாடல்வழிப் புலனாகும்.

சண்முகர் வருகையினைப் பாடும்பொழுது,
வாரும்வா ருந்தெய்வ வடிவேல் முருகரே
வள்ளிம ணாளரே வாரும்
புள்ளிம யிலோரே வாரும்

- சண்முகர் வருகை :1

என்று மிடுக்காகவும் எடுப்பாகவும் கவிதை யுனைந்துள்ளார். இராமலிங்கர்.

திருத்தணிகைப் பெருமானை நாடோறும் பரவி வழிபட்டு வந்தார் இராமலிங்கர். எனவேதான் தணிகை நாதரின் தண்டைச் சிலம்படி காணத் தவம் கிடந்தார்.

பண்ணேறு மொழியடியர் பரவி வாழ்த்தும்
பாதமலர் அழகினை இப் பாவி பார்க்கில்
கண்ணேறு படுமென்றோ கனவி லேனும்
காட்டென்றால் காட்டுகிலாய் கருணைஈதோ

என்று நெக்குருகிப் பாடித் தணிகைப் பெருமானிடத்துத் தாம் கொண்ட தணியாத காதலைத் தடைபடாத பாட்டோட்டம் அமைந்த பின்வரும் பாடலில் கல்லும் கனிய எடுத்து மொழிந்துள்ளார்:

செய்கொள் தணிகை நாடேனோ
செவ்வேள் புகழைப் பாடேனோ
கைகள் கூப்பி ஆடேனோ
கருணைக் கடலில் நீடேனோ
மெய்கொள் புளகம் மூடேனோ
மெய்அன் பர்கள்பால் கூடேனோ
பொய்கொள் உலகோ டுடேனோ
புவிமீ திருகால் மாடேனோ.

இராமலிங்க வள்ளல் கண்ட கருணை வள்ளலாம் கந்தப்பெருமானின் கண்ணாடித் தரிசனம் அவர்தம் உள்ளத்தில் கவிதை மழையினைப் பெருக்கெடுக்கச் செய்து அருட்பாப் பாடலாகப் பொழிந்து தள்ள அருள் சுரந்தது.

10. இருபதாம் நூற்றாண்டுக் கவிஞர்கள் காட்டும் முருகன்

பாரதியார்

பாரதியார் 'தோத்திரப் பாடல்கள்' என்ற பகுதியுள் கண்டுள்ள "முருகா! முருகா!" என்ற பாடலில் சில அடிகள் நம் நெஞ்சை அள்ளும் நீர்மையனவாய் உள்ளன. அவை வருமாறு:

வருவாய் மயில்மீ தினிலே
வடிவேலுடனே வருவாய்
தருவாய் நலமும் தகவும் புகழும்
தவமும் திறமும் தனமும் கனமும் *(முருகா)*

சுருதிப் பொருளே, வருக
துணிவே கனலே,வருக!
கருதிக் கருதிக் கவலைப் படுவார்
கவலைக் கடலைக் கடியும் வடிவேல் *(முருகா)*

அறிவா கியகோ யிலிலே
அருளாகிய தாய் மடி மேல்
பொறிவே லுடனே வளர்வாய்! அடியார்
புதுவாழ் வுறவே புவிமீ தருள்வாய் *(முருகா)*

அடுத்து 'வேலன் பாட்டு' என்ற பாடலில்,

வில்லினை யொத்த புருவம் வளைத்தனை;
வேலவா!-அங்கோர்
வெற்பு நொறுங்கிப் பொடிப்பொடி
யானது, வேலவா!

சொல்லினைத் தேனிற் குழைத்துரைப் பாள்சிறு
வள்ளியைக்-கண்டு

சொக்கி மரமென நின்றனை
தென்மலைக் காட்டிலே

என்று பாடியதோடு அமையாது பாட்டின் இறுதியில்,

ஆறு சுடர்முகங் கண்டு விழிக்கின்ப
மாகுதே - கையில்
நீறு படக்கொடும் பாவம் பிணிபசி
யாவையும்-இங்கு
நீக்கி அடியரை நித்தமுங்
காத்திடும் வேலவா!

என்று முருகப் பெருமான் அடியவர்க்கு அஞ்சல் என்று அருளி, பிணி பசி பாவங்களைக் களைந்து காத்து அருள் புரிவான் என்பதனைச் சிறப்புறக் கூறியுள்ளார்.

அடுத்து, 'முருகன் பாட்டு' என்ற பகுதியில்,

வீரத் திருவிழிப் பார்வையும்-வெற்றி
வேலும் மயிலும் என் முன்னின்றே-எந்த
நேரத் திலும் என்னைக் காக்குமே

என்று வேலும் மயிலும் துணை' என்பதனைச் சொல்லி நமக்கு நல்வழி காட்டுகின்றார்.

ஆறுமுகமும் பன்னிருகையும் வீர விழிகளும் வெற்றி வேலும் மயிலும் கொண்ட ஞானத் திருவுருவமே பாரதியார் நமக்குக் காட்டும் முருகன் அருளுருவமாகும்.

கவிமணி

திருச்செந்தூர் முருகனிடத்திலே மாறாத பக்தி கொண்டவர் கவிமணி தேசிக விநாயகம் பிள்ளை அவர்கள் ஆவர். அமரவிளைப் புலவர் சுடலைமுத்துப் பிள்ளை என்பவர் திருச்செந்தூருக்குச் சென்று முருகனைத் தரிகிக்கப் போகும் வழியில் கவிமணியைக் கண்டு முருகன் மேல் ஒரு பாடல்

பாடியருளுமாறு கேட்டார். அதுபோது கவிமணி பாடிய பாடலில் கழிவிரக்கம் மிகுதியும் காணப்படுகின்றது.

ஒரு செய்யுள் வருமாறு:

உன்னிடத்தி லன்றி உலகில் எவரிடம்போய்
என்னுடைய சங்கடத்தை யானுரைப்பேன்--பன்னி
ருகை
ஏந்துமெழில் செந்தில் இறைவா! உனையன்றி
ஆந்துணை வேறுண்டோ ஐயா?

மேலும் கவிமணி அவர்கள் கவிவாணர்கள் வாழ வரந்தர வேண்டும் என்று குறையிரந்து குகனாம் முருகனைப் பரவி வந்திக்கின்றார்!

செந்தில் முருகா! திருமால் மருகா! என்
சிந்தை குடிகொண்ட தேசிகா! - வந்தினிய
பைந்தமிழ்ச் சோலையிலே பாடும் கவிக்குயில்கள்
சந்ததம் வாழவரம் தா.

அடுத்து 'மாயன் முருகள்' என்ற கீர்த்தனைப் பாடலில் கல்லும் கனிந்துருகும் வண்ணம் கந்தவேளை அருளுமாறு வணங்குகின்றார் கவிமணி அவர்கள்.

பல்லவி

ஐயா! நீ அருள் செய்யவேண்டும்- உன்றன் அடியிணை
யன்றிவே றொருதுணை அறியேன்

அநுபல்லவி

ஓய்யார மாமயிலில்
உல்லாச மாகவரும்
வையா புரிமருகா
மாயன் திருமருகா! (ஐயா)

சரணம்

வஞ்ச வினைமலியும் உலகில்-வாழும்
வழியறி யாதுநிதம் வருந்திடு மெளியேன்'
அஞ்சிவந் துன்னையே
அடைக்கல மாய்ப்புகுந்தேன்
அமரரைச் சிறைதவிர்த்
தாண்ட குமரா! என் (ஐயா)

இறுதியாக, கவிமணி முருகப் பெருமானை வேண்டி நிற்கும் வரம் இதுவே:

பல்லவி

சித்தம் இரங்கி அருளையா!--சற்றே
சித்தம் இரங்கி அருளையா!

அநுபல்லவி

நித்தமுன் திருக்கோவில்
நினைந்து தொழுது நின்றேன்;
முத்தையனே! செந்தில்
முருகனே! சண்முகனே! (சித்தம்)

சரணம்

மன்னராய்ப் பிறக்கவும் வேண்டாம்-அந்த
வானக வாழ்வும் பெறவேண்டாம்;
உன்னடி நிழலிலே
ஒதுங்கிடச் சிறிதிடம்
என்னுயிருக் குதவ
எம்பெரு மானே நீ (சித்தம்)

நாமக்கல் கவிஞர்

காந்தீயக் கொள்கைகளைக் கவிதை வழி நாட்டிற் பரப்பிவரும் நாமக்கல் கவிஞர் திரு. வே. இராமலிங்கம்

பிள்ளை அவர்கள் கடவுள் மேலும் - தமிழ்க் கடவுளாம் முருகன் மேலும் மனம் நெகிழ்ந்து பாடியுள்ளார். முருகன் மொழிந்த சொல்லால் பற்றுக்கள் அற்ற நிலை வந்தெய்தியது என்கிறார் கவிஞர்.

இளமையந்த முருகன் வந்து
என்னொடொன்று சொல்லவே
என்னுளத் திருந்த பந்தம்
ஏதுமற்றுப் போனதே

என்று முருகன் செயல் கூறும் கவிஞர், முருகன் 'அஞ்சேல்' என்று தமக்கு அளித்த அபயத்தால் துன்பம் நீங்கிச் சுகம் வந்ததாகக் குறிப்பிடுகின்றார்:

அன்பனந்த முருகன் வந்
தழைத்திருத்தி என்னையே
அஞ்சல்அஞ்சல் அஞ்சலென்
றகங்குழைந்து சொன்னதால்
துன்பரிக்க அடிமைவாழ்வில்
தோய்ந்திருந்த என்மனம்
சோகம்விட்டு விடுதலைக்கு
மோகமுற்றி விட்டதே.

-தமிழன் இதயம்: முருகன் பாட்டு.

'முருகன்மேற்காதல்' என்ற இசைப்பாடலில், முருகன் என்ற பெயர் சொன்னால் உள்ளம் உருகுவதாகவும், கந்த னென்று பெயர் சொன்னால் சிந்தை துள்ளுவதாகவும். வேலனென்று பெயர் சொன்னால் வேர்வை கொட்டுவதாகவும், குமரனென்ற சத்தத்தால் சித்தம் குளிர்வதாகவும், குகன் என்று சொல்வதற்குள் அகம் மறந்ததாகவும் கவிஞர் குறிப்பிடுகின்றார்.

ஆடும் மயிலில் வரக்கண்டேன்-சொல்ல
அழகு அதைவிட ஒன்றுண்டோ

வீடு வாசல் பொருள் எல்லாம் - துச்சம்
விட்டு மறந்த னடி நல்லாள்

என்று முருகன் மயில் மீதமர்ந்து உலா வரும் உவப்பான காட்சியினைக் கண்ட கவிஞர் வீடு வாசல் பொருள் எல்லாம் துச்சம் எனத் துறந்து முருகன் காட்சியில் ஒன்றுபட்ட நிலையினைக் கவினுறக் காட்டியுள்ளார்.

உளுந்தூர்ப்பேட்டை சண்முகம்

முருகனைப் பற்றிய பாடல்களைப் பாமணக்க நாமணக்கப் பாடும் இளங்கவிஞர் இவர். 'தென்பழநித் தெய்வமே என் சிந்தை நிறை செல்வமே' எனப் பாடும் இவர் 'இறைமை' குறித்து இனிய பல கவிதைகளை இசை இனிமை பொருந்த இயற்றியுள்ளார். 'மலைபோல் துன்பமும் பனிபோல் நீங்கிடும் மால்முருகன் மனம் வைத்தால்' என்றும், 'அலைவாய் அழகன் அன்பருக் கன்பன், அவனே என்துயர் அகற்றிடும் நண்பன்' என்றும் பக்திச் சுவை நனி சொட்டப்பரங்குன்றமர்ந்த பெருமானைப் பரவி நிற்கின்றார்.

நீயல்லால் தெய்வம் இல்லை-எனது
நெஞ்சே நீ வாழும் எல்லை--முருகா

என்றும்,

வாயாரத் துதித்து மனமார நினைந்து
வணங்கிடலே என்தன் வாழ்நாளில் இன்பம்
தூயா முருகா மாயோன் மருகா
தொழுவ தொன்றேஇங்கு நான்பெற்ற இன்பம் (உனைத்

தொழுவ தொன்றே இங்கு நான்பெற்ற இன்பம் என்றும் நெஞ்சுருகப் பாடுகின்றார். தண்டாத தமிழ்ப் பற்றோடு இறவாத இறைமையுணர்வோடு, இவ் இளங்கவிஞர் உள்ளமெனும் கோயினில் உறைகின்ற குமரனை அகங் குழைந்து-உளங்கனிந்து உவந்து உவந்து பாடியுள்ளார். ஏற்றம் மிகுந்த அவ் இனிய பாடல் வருமாறு:

உள்ளமே கோயில்

பண் - கானடா தாளம் : ஆதி

எடுப்பு

உள்ளமெனும் கோயிலிலே உறைகின்றாய் குமரா
வள்ளியம்மை கணவா வடிவேலா முருகா [உள்ள மெனும்

உடனெடுப்பு

தெள்ளமுதே தேனே தெவிட்டாத தீந்தமிழே
சொல்லற்கரிய இன்பச் சுவையே கனிரசமே *(உள்ளமெனும்)*

அமைதி

வல்ல குறிஞ்சி நிலம் வாழ்பவனே கந்தா
வளர்இமை யோன்தந்த உமையவள் மைந்தா
அல்லும் பகலும்உனை எண்ணிடும் வரந்தா
அடியனுக்கு உனது ஞானப் பதந்தா
அடியார் தொழும்படியாய் -- இளம்
வடிவத் தோடெழுந்து
வடியாக் கடலலைவாய்--தனில்
துடியாய் நிற்பவனே
அமைவாய் மிகுகனிவாய்-முதிர்
பழமாய்ப் பழநியிலே
அருளாய்ப் பெரும்பொருளாய்-மன
இருள் நீக் கிடும்முருகா
அறுமுகனே குருபரனே
சரவணனே சண்முகனே
அனுதினமும் உனைத்தொழவே
ஆலயமும் வேண்டிலனே
அகத்தினிலே மிகத்தெளிவாய்
அமர்ந்துறையும் அன்பரசே
இகத்தினிலே இன்பமெல்லாம்
என்னுயிரே நீயன்றோ!

என்னுயிரே நீயன்றோ!!
என்னுயிரே நீயன்றோ!!

இவ்வாறாக இருபதாம் நூற்றாண்டுக் கவிஞர்கள் முருகன் மாட்சியினை மாண்புற உணர்ந்து, ஞாலம் உய்ய ஞானப் பழமாய் இலங்கும் கோலத் திருமுருகனின் காட்சியினைச் செவ்வனே நமக்குத் தெளிவு பெறத் தம் பாடல்கள் வழியே காட்டியுள்ளனர்.

11. தமிழ்த் தெய்வம்

பழந் தமிழ் நிலம் நானிலம் என வழங்கப்பட்டது. குறிஞ்சி, முல்லை, மருதம், நெய்தல் எனத் தமிழ்மண் வகுக்கப் பெற்றுப் பெயரிடப் பட்டிருந்தது. இந்நால்வகை நிலத்திலும் வாழ்ந்த தமிழ்ப் பெருமக்கள் அவ்வந்நிலத்தில் ஒவ்வோர் தெய்வத்தை வணங்கினர். இதனைத் தொல் காப்பியனார் பின்வருமாறு குறிப்பிடுகின்றார்:

மாயோன் மேய காடுறை உலகமும்
சேயோன் மேய மைவரை உலகமும்
வேந்தன் மேய தீம்புனல் உலகமும்
வருணன் மேய பெருமணல் உலகமும்
முல்லை குறிஞ்சி மருதம் நெய்தலென்று
சொல்லிய முறையால் சொல்லவும் படுமே

-தொல்காப்பியம் : அகத்திணை இயல் : 5

என்று முல்லை நிலத்திற்குத் தெய்வம் திருமால் என்றும், குறிஞ்சி நிலத்திற்குத் தெய்வம் முருகன் என்றும், மருத நிலத்திற்குத் தெய்வம் இந்திரன் என்றும், நெய்தல் நிலத்திற்குத் தெய்வம் வருணன் என்றும் குறிப்பிட்டுள்ளார்.

பழந்தமிழர் சமய நம்பிக்கை மிகுந்தவர்கள். இயற்கையோடு இயைந்த வாழ்வு வாழ்ந்தவர்கள்; அழகுணர்ச்சி மிக்கவர்கள். எனவே எங்கெங்கெல்லாம் அழகினைக் கண்டார்களோ அங்கெல்லாம் கோலக் குமரன் கொலு வீற்றிருப்பதாக எண்ணி வழிபாடாற்றினார்கள். குறிஞ்சி நிலம் இயற்கையழகு இணையற்றுக் குடிகொண்டிருக்கும் இடமாகும். குன்றுகளும் குன்றுகளைச் சூழ்ந்த காடுகளும் மக்கள் கண்ணினையும் கருத்தினையும் கவர வல்லன. எனவே திருமுருகப்

பெருமானைத் திருமுருகாற்றுப் படையில் நக்கீரர் பெருமான் 'விண்பொரு நெடுவரைக் குறிஞ்சிக் கிழவ' என்று குறிப்பிடுகின்றார்.

முருகனுடைய திருவவதாரம் உலகு உய்யும் பொருட்டாக நிகழ்ந்ததாகக் கந்தபுராணம் பாடிய சிவாச்சாரியர் நயம்பட நவின்றுள்ளார்.

அருவமு முருவு மாகி
அநாதியாய்ப் பலவா யொன்றாய்ப்
பிரமமாய் நின்ற சோதிப்
பிழம்பதோர் மேனி யாகக்
கருணைகூர் முகங்க ளாறுங்
கரங்கள்பன் னிரண்டுங் கொண்டே
ஒருதிரு முருகன் வந்தாங்
குதித்தனன் உலக முய்ய.

-கந்த புராணம்: திருவவதாரப் படலம்: 92

முருகு என்ற சொல்லிற்கு மணம், இளமை, கடவுட் தன்மை, அழகு என்ற பொருள்கள் உண்டு. "இயற்கை மணமும்,மாறா இளமையும், எல்லாப் பொருளையுங் கடந் தொளிருந் தன்மையும், அழியா அழகும் இறைவனிடத்தில் இலங்குவது கண்டு, அப்பொருள்கள் முறையே உறைதற் கிடம் பெற்றுள்ள முருகன் என்னுஞ் சொல்லை, அவ்விறைவனுக்குப் பழந்தமிழ் மக்கள் சூட்டியதன் திறமையை நோக்குழி அவர்களது கூர்த்தமதி புலனாகிறது" என்று தமிழ்ப் பெரியார் திரு.வி.க. அவர்கள் முருகக் கடவுளை முழுமுதற் பொருளாகப் பழந்தமிழர் கொண்டதன் சிறப்பினைப் பொருத்தமுறப் புகன்றுள்ளார்.

மக்கள் வாழ்வு முதன் முதல் தொடங்கப்பட்ட இடம் மலை என்பது ஆன்ற அறிஞர்தம் கருத்துரையாகும். இத்தகு பழைய நிலத்தின் கடவுளினை முருகன் என்று முன்னோர் கூறினர். முருகனுக்குப் பல பெயர்கள் உண்டு. முருகனை அழகன் என்று புலவர் போற்றினர். 'அழகான மேனி தாங்கிய வேளே'

என்றும், முதுமலை அழக குரு நாதா என்றும், 'மணிமுதிராடக வெயில் வீசிய அழகா தமிழ் பெருமாளே' என்றும், 'அயிலு மயிலு மறமு நிறமு மழகு முடைய பெருமாளே' என்றும் திருப்புகழில் அருணகிரியார் பலவாறு முருகனை அழகன் என்று போற்றிப் பரவுகின்றார். குன்று தோறும் உறைவதால் முருகனைக் குன்று தோறும் ஆடிவரும் குமரவடிவேலன் குன்றுதோ டூடல்மேவு பெருமாளே' என்று திருப்புகழ் முருகனைக் குறிப்பிடுகின்றது. கார்த்திகைப் பெண்டிர் அறுவரும் எடுத்து வளர்த்தமையால் ஆறு குழந்தையாக விளங்கிய முருகன் உமை ஒன்றாகச் சேர்த்துத் தழுவ ஆறு முகமும் பன்னிருகையும் கொண்ட ஒரு திருவுருவானான்.

எனவே முருகனுக்குக் கந்தன் என்ற பெயரும் உண்டு. நெருப்புக் கடவுள் தன் கையில் முருகனை ஏந்தியதால் 'அக்கினி பூ' என்ற பெயரும், கங்கையில் வளர்ந்த காரணத்தால் 'காங்கேயன் என்ற பெயரும், சரவணப் பொய்கையில் தோன்றியதால் 'சரவணன்' என்ற பெயரும், கார்த்திகைப் பெண்கள் ஓராறு பேரும் கண்டுகளித்திட வளர்ந்தவன் ஆனதால் 'கார்த்திகேயன்' என்ற பெயரும், கடப்ப மரநிழலில் துயின்றதால் 'கடம்பன்' என்ற பெயரும், ஆறுமுகம் கொண்டமையின் 'ஆறுமுகன்' என்ற பெயரும், அழகும் இளமையும் கொண்டு திகழ்வதால் 'அழகன்', 'குமரன்' என்ற பெயர்களும், அடியார்களின் உள்ளமெனும் கோயிலில் உறைகின்ற காரணத்தால் 'குகன்' என்ற பெயரும், விசாக நாளுக்கு உரியவனாகத் தோன்றியவால் 'விசாகன்' என்ற பெயரும் முருகனுக்கு உண்டு. பிரணவத்தின் பொருளை உணர்த்த வேண்டிச் சிவனுக்கு உபதேசித்ததால் 'தகப்பன் சாமி'', 'குருமூர்த்தி', 'சாமிநாதன்' என்ற பெயர்களும் இவருக்கு உண்டு.

"முருகப் பெருமான் செந்நிறத்தவர்; செவ்வடியினர்; செம்பவளம் போல் செக்கச் சிவந்த மேனியர்; குன்றி மணியினைப் போலச் சிவந்த ஆடை உடையவர்; கிரௌஞ்ச மலையைத் தம் வேலினால் பிளந்து, அஞ்ஞான இருளாம் சூரனை மாய்த்து இவ்வுலகை அவர் புரக்கின்றமையின்

இவ்வுலக மக்கள் பாதுகாப்பாகவும் மகிழ்வோடும் வாழ்கின்றார்கள்." இவ்வாறு எல்லா வகைக் குற்றமும் நீங்கிய செய்யுள்" என்று தமிழ் இலக்கணத்தில் எடுத்துக் காட்டப் படுகின்ற பாரதம் பாடிய பெருந்தேவனாரின் அழகிய பாடல் கூறுகின்றது. அப்பாடல் வருமாறு:

தாமரை புரையுங் காமர் சேவடி
பவழத் தன்ன மேனித் திகழொளிக்
குன்றி யேய்க்கும் உடுக்கைக் குன்றின்
நெஞ்சுபக வெறிந்த அஞ்சுடர் நெடுவேற்
சேவலன் கொடியோன் காப்ப
ஏம வைகல்எய் தின்றால் உலகே.

- குறுந்தொகை: கடவுள் வாழ்த்து.

ஊர்தோறும் ஊர்தோறும் எடுத்துக் கொண்ட தலைமை பொருந்தின விழாவின் கண்ணும், அன்புடையார் ஏத்த அகமகிழ்ந்து அவன் அருள் சுரக்கின்ற இடத்தினும், வேலன் என்னும் முருக கோயில் பூசாரி வழிபாடு ஆற்றுவதற்கு இழைத்த வெறியாடு களத்தினும், காடு, சோலை, ஆற்றிடைக்குறை, யாறு, குளம், பல ஊர்கள், நாற்சந்தி முச் சந்தி ஐஞ்சந்தி, கடம்ப மரம், ஊர்க்குப் பொதுமன்றமாய மரத்தடி, அம்பலம், ஆதிண்டு குற்றி முதலிய இடங்களிலும் முருகன் உறைவதாக நக்கீரர் பெருமான் திருமுருகாற்றுப் படையில் குறித்துள்ளார்:

ஊரூர் கொண்ட சீர்கெழு விழவினும்
ஆர்வலர் ஏத்த மேவரு நிலையினும்
வேலன் றைஇய வெறியயர் களனுங்
காடும் காவும் கவின்பெறு துருத்தியும்
யாறுங் குளனும் வேறுபல் வைப்புஞ்
சதுக்கமுஞ் சந்தியும் புதுப்பூங் கடம்பும்
மன்றமும் பொதியிலுங் கந்துடை நிலையினும்

-திருமுருகு : 220-226

என்று முருகன் உறைவதாக அவர் குறிப்பிடும் இடங்கள் அழகு உறையும் இயற்கை நிலையங்களாகும்.

இவை தவிர, திருமுருகாற்றுப்படையில் ஆறு படை வீடுகள் முருகனுக்குரியனவாகப் பேசப்படுகின்றன. முதலாவதாகப் பேசப்படும் படைவீடு திருப்பரங்குன்றமாகும். சூரனைத் தோற்கடித்து தேவருலகினைக்காத்த முருகனுக்கு, இந்திரன் தான் வளர்த்த தேவசேனை என்னும் நங்கை நல்லாளைத் திருப்பரங்குன்றத்தில் திருமணம் செய்வித்துக் கொடுத்ததாகக் கந்தபுராணம் கூறும். பழந்தமிழ் நூல்களான பரிபாடல், கலித்தொகை, அகநானூறு, மதுரைக் காஞ்சி முதலான நூல்களும் திருப்பரங்குன்றத்தினை முருக வேள் உறையும் தலமாகக் குறிப்பிடுகின்றன :

பரங்குன்று இமயக் குன்ற நிகர்க்கும்

-பரிபாடல் : 8-11

என்று பரிபாடலும்,

"ஒன்னாதார்க் கடந்தடூஉ முரவுநீர் மாகொன்ற
வென்வேலான் குன்றின்மேல் விளையாட்டும்
விரும்பார்கொல்"

-கலித்தொகை : 27

என்று கலித்தொகையும்,

சூர்மருங் கறுத்த சுடரிலை நெடுவேற்
சீர்மிகு முருகன் தண்பரங் குன்றத்து
அந்துவன் பாடிய சந்துகெழு நெடுவரை

-அகநானூறு : 59 : 10-12

கூடற் கூடாது,
பல்பொறி மஞ்ஞை வெல்கொடி யுயரிய
ஓடியா விழவின் நெடியோன் குன்றத்து

-அகநானூறு : *149 : 15-16*

என்று அகநானூற்றிலும்,

வன்கை வினைஞர் அரிபறை யின்குரல்
அளிமழை பொழியுந் தண்பரங் குன்றில்

-மதுரைக்காஞ்சி: *262 :263*

என்று மதுரைக் காஞ்சியிலும் முருகப்பெருமானின் முதற் படைவீடான திருப்பரங்குன்றம் கூறப்பட்டுள்ளது. இது போன்றே இரண்டாவது படைவீடான திருச்சீரலைவாய் எனப்படும் திருச்செந்தூர் மிகப் பழமையான தலமாகும். பாண்டியன் இலவந்திகைப் பள்ளித் துஞ்சிய நன்மாறனை வாழ்த்த விரும்பிய மருதனிளநாகனார் என்னும் புறநானூற்றுப் புலவர் திருச்செந்தூரில் கடலின் அலைகளால் மோதப்படுவதும் முருகவேள் எழுந்தருளியிருப்பதுமாகிய திருக்கோயிலின் முன்னுள்ள கடற்றுறையில் கடுங்காற்றால் திரட்டித் தொகுக்கப்பெற்ற மணலைவிடப் பல்லாண்டு காலம் நீ வாழ்வாயாக என்று வாழ்த்தியிருப்பதனை பின் வரும் புறநானூற்றுப் பாடற்பகுதியினின்று அறியலாம்:

நீ நீடு வாழிய நெடுந்தகை தாழ்நீர்
வெண்டலைப் புணரி யலைக்குஞ் செந்தில்
நெடுவேள் நிலைஇய காமர் வியன்றுறைக்
கடுவளி தொகுப்ப வீண்டிய
வடுவாழ் எக்கர் மணலி னும் பலவே.

-புறநானூறு : *55: 17-22*

அகநானூறும் திருச்செந்தூரின் பழமையினைப் பின்வருமாறு பேசுகின்றது:

திருமணி விளக்கின் அலைவாய்ச்
செருமிகு சேஎயொ டுற்ற துளே.

-அகநானூறு : 266 : 20-217

திருமறைக்காடு தேவாரம்.

நஞ் செந்தின் மேய,
வள்ளி மணாளர்க்குத் தாதை கண்டாய்

என்று திருச்செந்தூரினைக் குறிப்பிடுகின்றது.

மூன்றாவது படைவீடு திருவாவினன் குடி என்றும் சித்தன்வாழ் மூதூர் என்றும் சொல்லப்படும் பழநித் திருத்தலமாகும். இத்தல மகிமையினைக் கந்தரலங்காரம் பின் வருமாறு குறிப்பிடுகின்றது:

படிக்கின் நிலைபழ னித்திரு நாமம் படிப்பவர்தாள்
முடிக்கின் றிலைமுரு காவென் கிலைமுசி யாமலிட்டு
மிடிக்கின் நிலைபர மானந்த மேற்கொள விம்மிவிம்மி
நடிக்கின் நிலைநெஞ்ச மேதஞ்ச மேது நமக்கினியே

-கந்தரலங்காரம்: 75

இப் பாடல் உள்ளம் உருக்குவதாகும்.

நான்காவது படைவீடு திருவேரகமாகும். திருவேரகத்தை மலைநாட்டிலுள்ளதொரு திருப்பதி என்று கூறுவர் நச்சினார்க்கினியர். ஆனால் அருணகிரிநாதர் சோழ நாட்டிலுள்ள சுவாமிமலையே இப்பதி என்று கருதியமை,

காவிரி யாற்றுக்குளேவரு,
வளமைச் சோழநன் னாட்டுக்குள் ஏரகசு
நகரிற் சீர்பெறு மோட்சத்தை யேதரு பெருமாளே

எனவும்,

யாவு மலைகொண்டு கைத்த காவிரி புறம்பு சுற்றும்
ஏரகமமர்ந்த பச்சை மயில்வீரா

எனவும் வரும் திருப்புகழ்ப் பாடற்பகுதிகளை நோக்கின் அவர் கருத்துப் புலனாகும்.

குன்று தோறாடல் எனும் சொல் ஒரு தலத்தைக் குறிக்காமல் குன்றுகள் அனைத்திலும் கோலக்குமரன் கொலுவீற்றிருக்கிறான் என்பதனை உணர்த்தும். அருணகிரியாரும் 'வடிவ தாமலை யாவையு மேவிய தம்பிரானே' என்றும், 'பலகுன்றிலு மமர்ந்த பெருமாளே' என்றும், 'பலமலை யுடைய பெருமாளே' என்றும், 'குன்றுதோறாடல்மேவு பெருமாளே' என்றும் தம் திருப்புகழில் குறிப்பிட்டுள்ளமை ஈண்டு நோக்கற்குரியது.

ஆறாவது படைவீடு பழமுதிர் சோலையாகும். மதுரைக்கு அண்மையிலுள்ள அழகர்மலை பழமுதிர்சோலை என்பர். இவ் ஆறு படைவீடுகளையும் திருமுருகாற்றுப் படையின் வரிசை முறையிலேயே கந்தபுராணக் கடவுள் வாழ்த்துச் செய்யுட்களும், கந்தரந்தாதியின் முதற்செய்யுளும் குறிப்பிடுகின்றன. சிலப்பதிகாரம் குன்றக்குரவையில் இளங்கோவடிகள்,

சீர்கெழு செந்திலும் செங்கோடும் வெண்குன்றும்
ஏரகமும் நீங்கா இறைவன்கை வேலன்றே பாரிரும்
பௌவத்தின் உள்புக்குப் பண்டொருநாள்
சூர்மா தடிந்த சுடரிலைய வெள்வேலே

- சிலம்பு; குன்றக் குறவை : 8

என்று படைவீடுகளில் சிலவற்றினைக் குறிப்பிட்டுள்ளார்.

சங்க இலக்கியத்தில் குறிஞ்சிநிலத் தலைவி ஒருத்தி தலைவன் மீது கொண்ட காதலால் நலிவுற்று உடல்மெலிந்தால் அத்தலைவியின் தாய் முருகன் கோயில் பூசாரியாகிய வேலன் எனப்படும் படிமத்தானை அழைத்து, தலைவியின்

நோய்க்குரிய காரணத்தினை உசாவுவாள். அவ் வேலன் வெறியாட்டு எடுப்பான். வெறியாடும்பொழுது கழற் காயினை மெய்யில் அணிந்து, படிமக்கலத்தைத் தூக்கிக் கொண்டு முருகணங்கின் குறையென வேலன் கூறுவான் ;

பொய்யா மரபின் ஊர்முது வேலன்
கழங்குமெய்ப் படுத்துக் கன்னந் தூக்கி
முருகென மொழியும்.

- ஐங்குறுநூறு : 245: 1-3

இவ் முருக வழிபாடு ஆரவாரத்தோடு நிகழும். குழல் அகவும்; யாழ் முரலும்; முழவு ஆகிரும்; முரசு இயம்பும் என்று பட்டினப்பாலையில் கடியலூர் உருத்திரங் கண்ணனார் குறிப்பிட்டுள்ளார் :

செறிதொடி முன்கை கூப்பிச் செவ்வேள்
வெறியாடு மகளிரொடு செறியத் தாஅய்க்
குழலகவ யாழ்முரல
முழவதிர முரசியம்ப
விழவறா வியலாவணத்து.

-பட்டினப்பாலை : 154-158

இம்முறையில் பழந்தமிழர் பண்பாட்டோடு-நம்பிக்கையோடு முருகனுக்கு விழாவெடுத்தனர்.

தேவேந்திரன் தர தேவசேனையைக் கற்பு மணம் புரிந்த முருகன், தினைப்புன மாது வள்ளியைத் தாமே விரும்பிக் களவு மணங்கொண்டு கற்பில் தலைப்படுகின்றார். "யான் எனது அற்ற அடியவரிடம் இறைவன் தானே வந்து நல்குவாள்" என்ற உயரிய தத்துவத்தை வள்ளித் திருமணம் விளக்குகிறது என்பர் பெரியர். எனவே தேவ சேனையைக் 'கிரியா சக்தி' என்றும், வள்ளியை 'இச்சா சக்தி' என்றும், வேலினை 'ஞானசக்தி' என்றும் கூறுவர். இது போன்றே மயிலினை ஆணவம் என்றும், கோழியினைச் சிவஞானம்

என்றும்; மயிலாகிய ஆணவத்தினை அடக்கித் தான் அமரும் வாகனமாக்கிக் கோழியாகிய சிவஞானத்தைக் கொடியாக உயர்த்தித் தன் கையில் பிடித்துள்ளார். முருகப்பெருமான் என்பர் அறிஞர். முருகனுக்குச் சிறந்த படையாக விளங்குவது வேலாயுதமாகும். எனவே பெரியோர்விழிக்குத் துணையாக முருகனின் மலர்ப்பாதங்களையும், மொழிக்குத் துணையாக 'முருகா' எனும் திருப்பெயரினையும், பழிக்குத் துணையாக அவன் தன் பன்னிரு தோளினை யும், வழிக்குத் துணையாக வேலினையும் மயிலினையும் துணையாகக் கொள்வர். அருணகிரியார் பாடும் அவ்வழகிய பாடல் வருமாறு:

விழிக்குத் துணைதிரு மென்மலர்ப்
பாதங்கள் மெய்மைகுன்றா மொழிக்குத்
துணைமுரு காவெனு
நாமங்கள் முன்புசெய்த
பழிக்குத் துணையவன் பன்னிரு
தோளும் பயந்ததனி
வழிக்குத் துணைவடி வேலுஞ்செங்
கோடன் மயூரமுமே.

-கந்தரலங்காரம்: 70

மேலும் காதிர்காமத் திருப்புகழில் அருணகிரியார் இதமொழி பகரினும் மதமொழி பகரினும் ஏழைக் கிரங்கும் பெருமாளே *(422)* என்று ஏழைக்கிரங்கும் ஏந்தலின் இதயத்தினைப் புகழ்ந்துரைத்துள்ளார். மேலும், 'மொய்தா ரணிகுழல் வள்ளியை வேட்டவன் முத்தமி ழால் வைதா ரையும்அங்கு வாழவைப் போன்' *(கந்த ரலங்காரம்: 22)* என்று முத்தமிழால் வைதாரையும் வாழ வைப்பான் என்று தமிழ்பால் முருகன் கொண்ட தணியாத காதலைப் புலப்படுத்துகின்றார்; ஊமையாகப் பிறந்து செந் தில் முருகன் அருளால் பேசும்திறம் பெற்ற குமரகுருபரர், முருகன் வள்ளியின் 'தேனூறு கிளவிக்கு வாயூறி' நின்ற தைக் குறிப்பிட்டு,

விழியாக முன்னின்று தண்ணளி சுரந்தவர்கள்
வேண்டிய வரங்கொடுப்பான்
மெய்கண்ட தெய்வமித் தெய்வமல் லாற்புவியில்
வேறில்லை

- முத்துக்குமாரசாமி பிள்ளைத்தமிழ்:7:6

என்று முருகனே முழுமுதற் பொருள் என்று மனமாரப் பாராட்டி வணங்குகின்றார்.

முருகனுக்குரிய விரதங்கள் வெள்ளிக்கிழமை, கார்த்திகை, சஷ்டி முதலியனவாகும். கச்சியப்பர், அருணகிரியார், குமரகுருபரர் முதலிய புலவர் பெருமக்களை ஆட் கொண்ட அண்ணல் அவர். 'குமாராய நம', 'சரவணபவ' என்ற ஆறெழுத்து - சடாட்சரம் முருகப் பெருமானுக்கு உரிய மந்திரமாகும். எனவே தமிழ்த் தெய்வமாம் முருகன் திருப்பெயரினை உளம் உருகி ஓதுவோரை நாளும் கோளும் ஒன்றும் செய்யா. அஞ்சுமுகந் தோன்றினால் முருகனின் ஆறுமுகந் தோன்றும். நெஞ்சில் ஒருமுறை எண்ணினால் இருமுறை தோன்றி 'அஞ்சாதே' என்றுகூறி, தெய்வ இள நலம் காட்டி அடியவர்க்கு அருள் மழைபொழிவான் திருமுருகன் என்பது திண்ணம்.

12. பாராயணப் பாடல்கள்

திருமுருகப்பெருமானின் திருவருளைப்பெற்று உய்யும் பொருட்டுப் பக்திப் பாடல்கள் பாடிய புலவர் பலர். பாரா யணத்திற்குரிய முறையில் அமைந்துள்ள சில பாடல்கள் ஈண்டுத் தரப்படுகின்றன.

"எவரா யிருப்பினும் கார்த்திகேயனிடத்தில் பக்தி பண்ணு பவர் புதல்வன் முதலிய பல பேறுகளைப் பெறுவர்" என்று வால்மீகி இராமாயணத்தின் பாலகாண்டத்தில் விசுவா மித்திரர் வாக்காக வியாசர் குறிப்பிடுகின்றார். எனவே பின் வரும் பாடல்களை மனனம் செய்து அன்பர்கள் திரு முருகன் திருவருள் பெற்றுய்வார்களாக.

நாள்தோறும் பாராயணம் செய்தற்குரிய-
திருமுருகாற்றுப்படையின் அடியிற் காணும் வெண்பாக்கள்

குன்றம் எறிந்தாய் குரைகடலில் சூர்தடிந்தாய்
புன்தலைய பூதப் பொருபடையாய் - என்றும்
இளையாய் அழகியாய் ஏறூர்ந்தான் ஏறே
உளையாய்என் உள்ளத் துறை *1*

குன்றம் எறிந்ததுவும் குன்றப்போர் செய்ததுவும்
அன்றங் கமரரிடர் தீர்த்ததுவும் - இன்றென்னைக்
கைவிடா நின்றதுவும் கற்பொதும்பில் காத்ததுவும்
மெய்விடா வீரன்கை வேல். *2*

வீரவேல் தாரைவேல் விண்ணோர் சிறைமீட்ட
தீரவேல் செவ்வேள் திருக்கைவேல் - வாரி
குளித்தவேல் கொற்றவேல் சூர்மார்பும் குன்றும்
துளைத்தவேல் உண்டே துணை. *3*

இன்னம் ஒருகால் எனதிடும்பைக் குன்றுக்குக்
கொன்னவில்வேற் சூர்தடிந்த கொற்றவா - முன்னம்
பனிவேய் நெடுங்குன்றம் பட்டுருவத் தொட்ட
தனிவேலை வாங்கத் தகும். 4

உன்னை ஒழிய ஒருவரையும் நம்புகிலேன்
பின்னை ஒருவரையான் பின்செல்லேன் - பன்னிருகைக்
கோலப்பா வானோர் கொடியவினை தீர்த்தருளும்
வேலப்பா செந்திவாழ் வே. 5

அஞ்சு முகும்தோன்றில் ஆறு முகம்தோன்றும்
வெஞ்ச மரில்அஞ்சல்என் வேல்தோன்றும் - நெஞ்சில்
ஒருகால் நினைக்கின் இருகாலும் தோன்றும்
முருகாஎன் றோதுவார் முன். 6

முருகனே செந்தி முதல்வனே மாயோன்
மருகனே ஈசன் மகனே - ஒருகைமுகன்
தம்பியே நின்னுடைய தண்டைக்கால் எப்பொழுதும்
நம்பியே கைதொழுவேன் நான். 7

காக்கக் கடவியநீ காவா திருத்தக்கால்
ஆர்க்குப் பரமாம் அறுமுகவா - பூக்கும்
கடம்பா முருகா கதிர்வேலா நல்ல
இடங்காண் இரங்காய் இனி. 8

பரங்குன்றிற் பன்னிருகைக் கோமான்தன் பாதம்
கரங்கூப்பிக் கண்குளிரக் கண்டு - சுருங்காமல்
ஆசையால் நெஞ்சே அணிமுருகாற் றுப்படையைப்
பூசையாக் கொண்டே புகல். 9

நக்கீரர் தாமுரைத்த நன்முருகாற் றுப்படையைத்
தற்கோல நாள்தோறும் சாற்றினால் - முற்கோல
மாமுருகன் வந்து மனக்கவலை தீர்த்தருளித்
தான்நினைத்த எல்லாம் தரும். 10

திருமுருகாற்றுப்படையை நாடோறும் ஓதும் அடியார்கள் மேற்கண்ட வெண்பாக்களோடு கீழ்க்காணும். கட்டளைக் கலித்துறையினையும் ஓதுவர்:

ஒருமுரு காவென்றன் உள்ளங் குளிர உவந்துடனே
வருமுரு காவென்று வாய்வெரு வாநிற்பக் கையிங்ஙனே
தருமுருகாவென்று தான்புலம் பாநிற்பத் தையன்முன்னே
திருமுரு காற்றுப் படையுட னேவருஞ் சேவகனே.

அகரமு மாகி யதிபனு மாகி யதிகமு மாகி
அயனென வாகி அரியென வாகி
அரனென வாகி
அகமாகி அவர்மேலாய்

இகரமு மாகி யெவைகளு மாகி
யினிமையு மாகி வருவோ [னே
இருநில மீதி லெளியனும் வாழ
எனதுமு னோடி [வரவேணும்

மகபதி யாகி மருவும்வ லாரி மகிழ்களி கூரும் வடிவோனே
வனமுறை வேட னருளிய பூஜை
மகிழ்கதிர் காம முடையோனே

செக்கண சேகு தகுதிமி தோதி திமியென ஆடுமயிலோ
திருமலி வான பழமுதிர் சோலை [னே
மலைமிசை மேவு
பெருமாளே.

- திருப்புகழ்

சேந்தனைக் கந்தனைச் செங்கோட்டு
வெற்பனைச் செஞ்சுடர்வேல்
வேந்தனைச் செந்தமிழ் நூல்விரித்
தோனை விளங்கு வள்ளி
காந்தனைக் கந்தக் கடம்பனைக்
கார்மயில் வாகனனைச்

சாந்துணைப் போது மறவா
தவர்க்கொரு தாழ்வில்லையே.

-கந்தர் அலங்காரம்

பிறந்திறந் துழலும் பெருவியா தியையும்
பெரும்பசி நோய்ச்சுடத் தளர்ந்து
நிறங்குலைந் தொருவர் பின்றிரிந் துழலு
நிரப்பெனுங் குறுவியா தியையுந்
திறந்தருள் கடைக்கட் பார்வையா மருந்தால்
தீர்த்தருள் புரியுநாள் உளதோ
அறம்பொரு ளின்பம் வீடருள் தணிகை
ஆறுமா முகதயா நிதியே.

-கந்தப்ப தேசிகர்

உருகா மனமுஞ் சிவஞான முணரா வறிவு முனதுபுகழ்
ஓதா நாவு மோதக்கேட் டுவந்தே யினிய நதிபோலப்
பெருகா விழியு முடையேனைப் பிறவிக் கடலில் வீழாமற்
பேணியெடுத்திங் கெனதுள்ளம் பிரியா விரிஞ்சைப் [பதிவாழு

முருகா வருக சதுர்வேத முதல்வா வருக வினைதீர்க்கு
முனைவா வருக மலராறு முகவா வருக திருமாலின்
மருகா வருக மயிலேறு மன்னா வருக அடியார்கள்
வாழ்வே வருக தெய்வசிகா மணியே வருக வருகவே.

-மார்க்கசகாய தேவர்.

அந்திப்போது அழகுறவே நடித்தருளும்
விழித்துணைவர் அருளும் கோவை
வந்திப்போர் நினைத்தபடி மயில்ஏறி
அயிலெடுத்து வரும்செவ் வேளைச்
சிந்திப்போம் புகழ்ந்திடுவோம் மலரணிவோம்
அவர்கமலத் தாளும் தோளும்
சிந்திப்போம் ஆதலினால் நமதுபழ
வினைகளெல்லாம் சிந்திப் போமே.

- திருவிரிஞ்சைப் புராணம்

அறுசமயக் கடவுள் வேறு வேறின்றுயான்
ஒருவனே அங்கங்கிருந்து
அன்பர்க்கு முத்திதரு வித்தென் றியாவர்க்கும்
அறிவித்த வதனமணியே.

-திருப்போரூர் சிதம்பர சுவாமிகள்

ஓகையாற் றிரைமுன் னாளில்
வழக்குமா வினையும் வாட்டும்
ஏகவெவ் வரையின் எல்லை
பிடித்திடும் இமையோர் போற்றத்
தோகைமேல் உலவும் கந்தன்
சுடர்க்கரத் திருக்கும் வெற்றி
வாகையே சுமக்கும் வேலை
வணங்குவ தெமக்கு வேலை.

- சைவ எல்லப்ப நாவலர்: செவ்வந்திப் புராணம்:

காலன் செங்கட் கடாவினி லேறிய
கயிறு வீசிப் பிடியா முனனெளை
வெறுஞ் செங்கையி லேந்தி மயில்மிசை
விரைவில் வந்துவந் தஞ்சலென் றருள்வாய்
ஆல முண்ட களத்த ரிடத்துறை
அரிவை கொஞ்சுறக் கொஞ்சுபைங் கிள்ளையே
தாலம் பாளை மதுக்குட மேந்திய
சமர மாபுரிச் சண்முக வேலனே.

- சிதம்பர சுவாமிகள்

உயிர்ப்பிணி தவிர்க்கு மருத்துவன் என்கோ
உடற்பிணிக் கொருமருந்து என்கோ
மயக்குறு மனத்தி னினைவெனும் பனியை
மாற்றிய கதிரவன் என்கோ
வியப்புறு புரண சொருபதின் னருளை

வினையனே னேதெனப் புகல்கேன்
கயத்துரி தரித்தோன் புதல்வனே போரூர்க்
காங்கெயா தேங்கொளி மணியே.

- சிதம்பர சுவாமிகள்.

பின்னிணைப்பு

"முருகன் எவன்? முருகையுடையவன் முருகன். முருகு என்றால் என்னை ? முருகன் என்பது பல பொருள் குறிக்கும் ஒரு சொல். அப் பல பொருளுள் சிறப்பாகக் குறிக்கத்தக்கன நான்கு. அவை மணம், இளமை, கடவுட் டன்மை, அழகு என்பன. இந்நான்கு பொருளடங்கிய ஒரு சொல்லால் பண்டைத் தமிழ் மக்கள் முழுமுதற் பொருளை அழைத்தது வியக்கத்தக்கது. இயற்கை மணமும், மாறா இளமையும், எல்லாப் பொருளையுங் கடந் தொளிருந் தன்மையும், அழியா அழகும் இறைவனிடத்தில் இலங்குவது கண்டு, அப்பொருள்கள் முறையே உறைதற் கிடம் பெற்றுள்ள முருகன் என்னுஞ் சொல்லை, அவ்விறைவனுக்குப் பழந் தமிழ்மக்கள் சூட்டியதன் திறமையை நோக்குழி அவர்களது கூர்த்தமதி புலனாகிறது".

"மலைக்கண் வாழ்ந்து, மலை நிலக் கடவுளென்று சொல்லப்படும் இயற்கை முருகனை வழிபடுதல், இயற்கை யோடியைந்து வாழ்வு நடாத்துவதாகும். மலையில் முறைப் படி வாழ்வு நடாத்துவோன் முருகைக் காணும் பேறுபெறுவன் என்பது உறுதி.

மலையில் ஓடும் அருவி நீராடி, காலையில் செங்கதிர் பரப்பி எழும் இள ஞாயிற்றொளியில் மூழ்கி, தூநறுங் காற்றில் படிந்து, உதிர் சருகு களிகளுண்டு, மயில் குயில் மான் ஆன் இனங்களைக் கண்டு மகிழ்ந்து, ஒருத்தியொடு வாழ்ந்து, முருகனை வழிபட்டுவரும் ஒருவன் மாட்டு, எம்பெருமானது இயற்கை மணமும், மாறா இளமையும், கடவுட்டன்மையும், அழியா அழகும் மலர்ந்து, அவனுக்குப் பெருவாழ்வு நல்கும்".

"முருகனை வழிபடுவோர்க்கு முருகனிடத்து இடையறாத உறுதியிருத்தல் வேண்டும். உறுதியின்றிச் செய்யப் படும் வழிபாடுகள் போலியாகவே முடியும். கடல் பொங்கி

வரினும், மலைகுலைந்து சாயினும், வானிடிந்து வீழினும் "முருகன் காப்பான்" என்னும் உறுதி முருகன் வழிபாட்டிற்கு அடிப்படையானது. இவ்வுறுதியுடையார் விரும்பும் எல்லா நலங்களையும் பெறுவர். இன்றியமையாத அருட் செல்வம் முதலிய எல்லாச் செல்வங்களையும் முருகன் அவர்க்கு அளிப்பன். முருகப்பெருமான் தன்னை வழிபடும் அன்பர்க்குத் தோன்றாத் துணையாய் நின்று செய்துவரும் பேருதவி, அவள் அடியவர்க்குத் தெரியும். உறுதியால் முருகனிடத்து எல்லாம் பெறலாம்."

"தமிழ் மக்களே ! முருகன் எல்லாப் பொருள்களிலும் நீக்கமற நின்று, அவைகளை அழகு செய்வதை உங்கள் முன்னோர்கள் கண்டு இன்ப நுகர்ந்தார்கள். அவ்வின்பத்தை இப்பொழுது நீங்கள் நுகர்கிறீர்களா? இயற்கை, முருகன் வடிவாயிருப்பது உங்கட்குப் புலனாகிறதா? முருகனைக் காண முயல்கிறீர்களா? அவன் செந்நெறியை ஓம்பினால் அவனைக் காணலாமன்றோ?

முருகனுக்கு ஏராளமான கோயில்களிருக்கின்றன. அவனுக்கு இனிப் புதிய கோயில்கள் கட்டுதல் வேண்டா; எங்கும் நிறைந்துள்ள அவனுக்கு எக்கோயிலும் வேண்டா. அவன் செந்நெறியை வளர்க்கக் கழகங்கள் காணுங்கள் ; கல்லூரி அமையுங்கள்; அறநிலையம் நிறுவுங்கள்; திருப்புகழைப் பொருளுணர்ந்து ஓதுங்கள்; இயற்கையிலுள்ள அவனழகை நூல்களாக எழுதுங்கள்; பாட்டாகப் பாடுங்கள்; போலி ஞானம் பேசி முருகனிடத்துள்ள அன்பை - நம்பிக்கையை - மன உறுதியைக் கெடுத்துக் கொள்ளாதேயுங்கள்:

முருகன் பெயரால் பிணியை ஓட்ட முயலுங்கள்; உறுதிக் கொள்கையை வளருங்கள்; நோன்பிருங்கள்; பெண்ணைப் போற்றி இல்லற நடத்துங்கள்;

முருகன் திருவருளால் பிணி மூப்பு சாக்காடெனுங் கட்டுகளை அறுத்துக்கொள் ளுங்கள்; கொள்ளின் இயற்கை மணமும்,

மாறா இளமையும், அழியா அழகும், கடவுட்டன்மையும் உங்கள்பால் பொலியும்; பொலியும்."

தமிழ்ப் பெரியார் திரு. வி. க.

துய்யதாம் மறைக ளாலுந் துதித்திடற் கரிய செவ்வேள்
செய்யபே ரடிகள் வாழ்க சேவலும் மயிலும் வாழ்க வெய்யசூர்
மார்பு கீண்ட வேற்படை வாழ்க அன்னான் பொய்யில்சீ ரடியார்
வாழ்க வாழ்கஇப் புவன மெல்லாம்.

ஆறிரு தடந்தோள் வாழ்க அறுமுகம் வாழ்க வெற்பைக்
கூறுசெய் தனிவேல் வாழ்க குக்குடம் வாழ்க செவ்வேள் ஏறிய
மஞ்ஞை யானைதன் னணங்கு வாழ்க
மாறிலா வள்ளி வாழ்க வாழ்கசீ ரடிய ரெல்லாம்.

புன்னெறி யதனிற் செல்லும் போக்கினை விலக்கி மேலா
நன்னெறி யொழுகச் செய்து நவையறு காட்சி நல்கி
என்னையும் அடிய னாக்கி இருவினை நீக்கி யாண்ட பன்னிரு
தடந்தோள் வள்ளல் பாதபங் கயங்கள்போற்றி.

சேல்பட் டழிந்தது செந்தூர் வயற்பொழில் தேங்கடம்பின்
மால்பட் டழிந்தது பூங்கொடி யார்மனம் மாமயிலோன்
வேல்பட் டழிந்தது வேலையுஞ் சூரனும் வெற்புமவன் கால்பட்
டழிந்ததிங் கென்றலை மேலயன் கையெழுத்தே. நாளென்
செயும்வினை தானென் செயுமெனை நாடிவந்த

கோளென் செயுங்கொடுங் கூற்றென் செயுங்கும ரேசரிரு
தாளுஞ் சிலம்புஞ் சதங்கையுந் தண்டையுஞ் சண்முகமுந்
தோளுங் கடம்பு மெனக்குமுன் னேவந்து
[தோன்றிடினே.
ஏறுமயி லேறிவிளை யாடுமுக மொன்றே

ஈசருடன் ஞானமொழி பேசுமுக மொன்றே கூறுமடி
யார்கள்வினை தீர்க்குமுக மொன்றே

குன்றுருவ வேல்வாங்கி நின்றமுக மொன்றே
மாறுபடு சூரரை வதைத்தமுக மொன்றே
வள்ளியை மணம்புணர வந்தமுக மொன்றே
ஆறுமுக மானபொருள் நீயருளல் வேண்டும்
ஆதியரு ணாசல மமர்ந்த பெருமாளே.

முற்றும்.

★ ★ ★

9 788199 887718